Impressum
Verlag: BABADADA GmbH, Nedderfeld 112 , 22529 Hamburg
Geschäftsführer / Verlagsleitung: Harald Hof
Druck: Books on Demand GmbH, In de Tarpen 42, 22848 Norderstedt

Imprint
Publisher: BABADADA GmbH, Nedderfeld 112 , 22529 Hamburg, Germany
Managing Director / Publishing direction: Harald Hof
Print: Books on Demand GmbH, In de Tarpen 42, 22848 Norderstedt, Germany

Szkoła
trường học

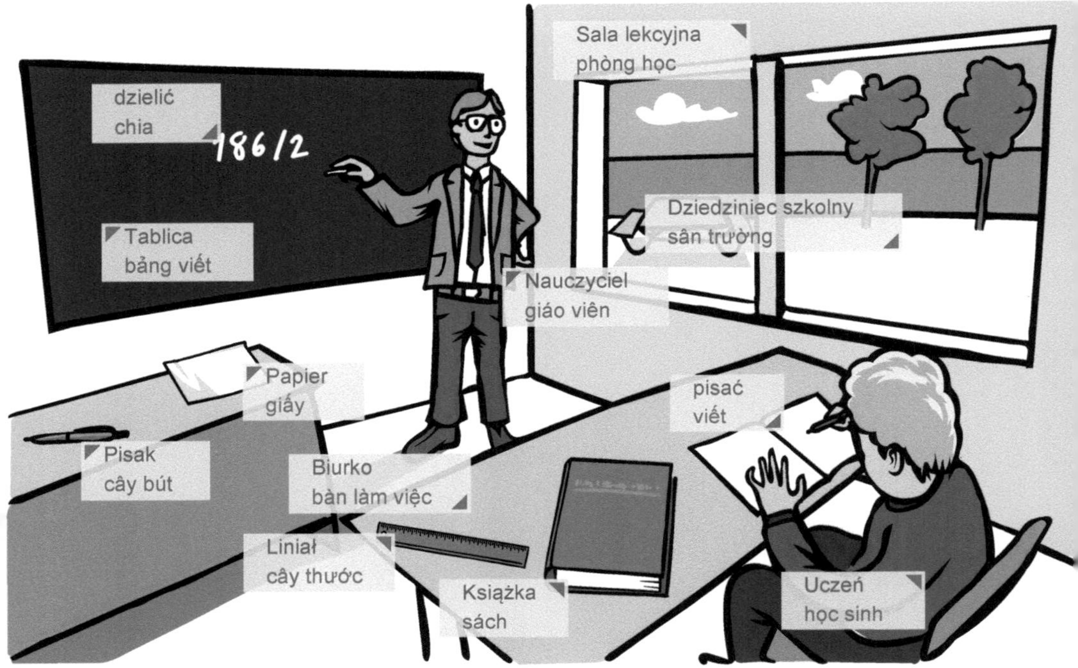
Sala lekcyjna
phòng học
dzielić
chia
186/2
Tablica
bảng viết
Dziedziniec szkolny
sân trường
Nauczyciel
giáo viên
Papier
giấy
pisać
viết
Pisak
cây bút
Biurko
bàn làm việc
Liniał
cây thước
Książka
sách
Uczeń
học sinh

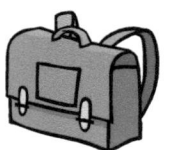

Plecak szkolny
cặp đeo vai học sinh

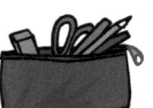

Piórnik
hộp đựng bút

Ołówek
bút chì

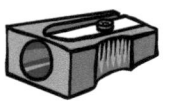

Temperówka
cái gọt bút chì

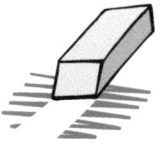

Gumka do mazania
cục tẩy

Blok rysunkowy
tập giấy vẽ

Rysunek

bản vẽ

Pędzel

cọ vẽ

Pudełko z akwarelami

hộp mực vẽ

Nożyce

cây kéo

Klej

keo dán

Książka do ćwiczenia

sách bài tập

Zadanie domowe

bài tập ở nhà

Liczba

số

dodawać

cộng

odejmować

trừ

mnożyć

nhân

liczyć

tính toán

Litera

chữ cái

Alfabet

bảng chữ cái

Słowo

từ

Tekst

văn bản

czytać

đọc

Kreda

phấn viết

Godzina

bài học

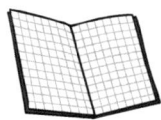

Dziennik lekcyjny

sổ lớp

Egzamin

thi kiểm tra

Świadectwo

chứng chỉ

Mundurek szkolny

đồng phục học sinh

Wykształcenie

giáo dục

Leksykon

từ điển bách khoa

Uniwersytet

đại học

Mikroskop

kính hiển vi

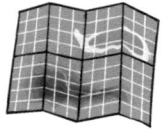

Mapa

bản đồ

Kosz na odpadki

thùng rác giấy

Podróż
du lịch

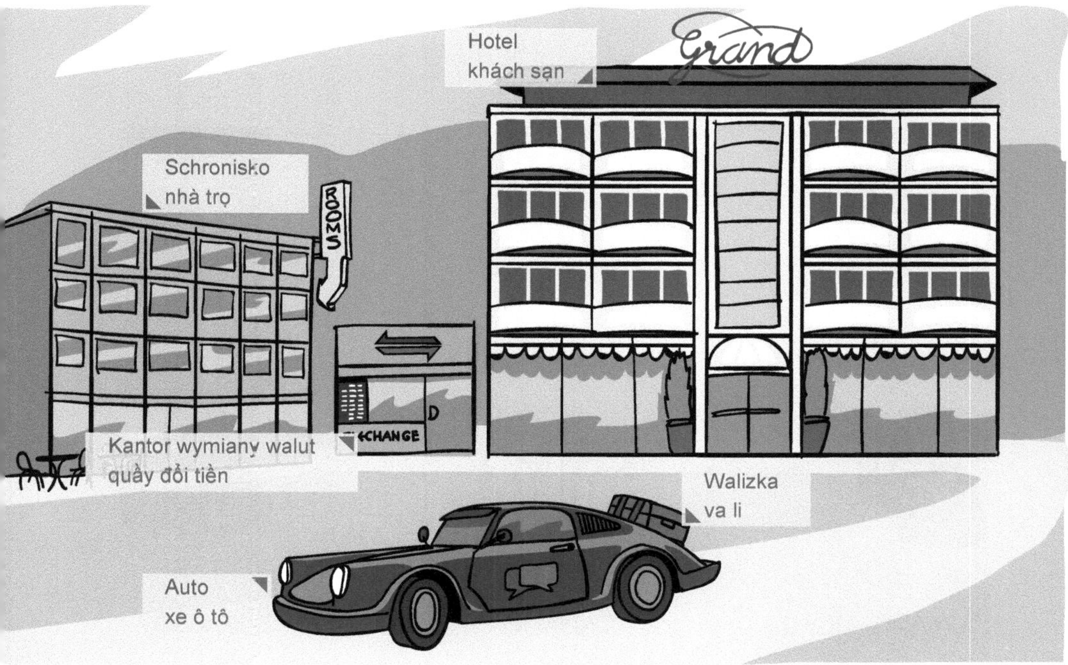
Hotel
khách sạn
Grand
Schronisko
nhà trọ
ROOMS
Kantor wymiany walut
quầy đổi tiền
EXCHANGE
Walizka
va li
Auto
xe ô tô

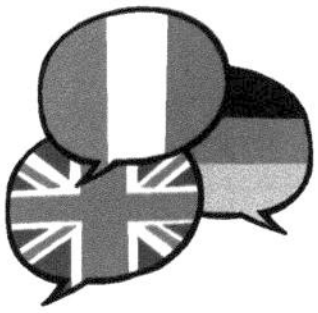

Język
ngôn ngữ

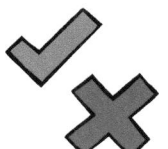

tak / nie
có / không

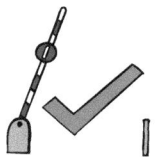

OK
ô kê

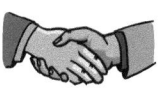

Halo
Xin chào

Tłumacz
thông dịch viên

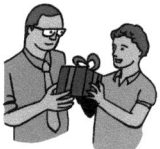

Dziękuję
cám ơn

Ile kosztuje ...?

... bao nhiêu tiều?

Nie rozumiem

tôi không hiểu

Problem

vấn đề

Dobry wieczór!

Xin chào! (buổi tối)

Dzień dobry!

xin chào! (buổi sáng)

Dobranoc!

chúc ngủ ngon!

Do widzenia

tạm biệt

Kierunek

hướng đi

Bagaż

hành lý

Torba

túi xách

Plecak

túi ba lô

Gość

khách

Pokój

phòng

Śpiwór

túi ngủ

Namiot

lều

Informacja turystyczna

thông tin du lịch

Plaża

bãi biển

Karta kredytowa

thẻ tín dụng

Śniadanie

ăn sáng

Obiad

ăn trưa

Kolacja

ăn tối

Bilet

vé xe

Winda

thang máy

Znaczek na list

tem bưu điện

Granica

biên giới

Cło

hải quan

Ambasada

đại sứ quán

Wiza

thị thực

Paszport

hộ chiếu

Transport
vận chuyển

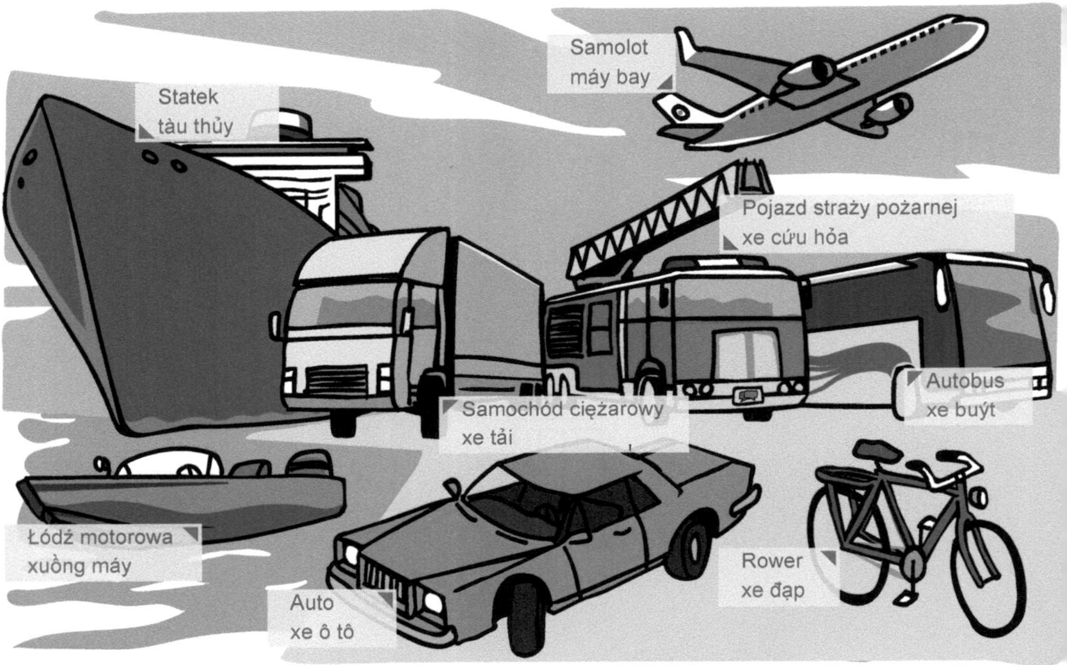

Samolot
máy bay
Statek
tàu thủy
Pojazd straży pożarnej
xe cứu hỏa
Autobus
xe buýt
Samochód ciężarowy
xe tải
Łódź motorowa
xuồng máy
Rower
xe đạp
Auto
xe ô tô

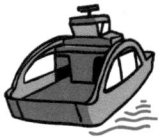

Prom

phà

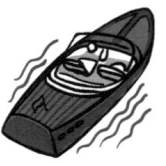

Łódź

xuồng

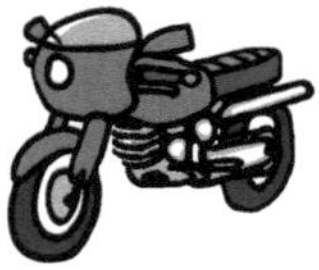

Motocykl

xe máy

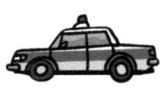

Radiowóz policyjny

xe cảnh sát

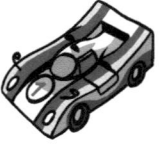

Samochód wyścigowy

xe đua

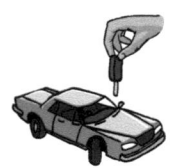

Samochód wypożyczony

xe cho thuê

Wspólne przejazdy
samochodem
dịch vụ thuê xe tự lái

Samochód pomocy
drogowej
xe kéo cứu hộ

Śmieciarka

xe rác

Silnik

động cơ

Benzyna

xăng

Stacja benzynowa

trạm xăng

Znak drogowy

biển báo giao thông

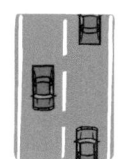

Ruch

giao thông

Korek

ách tắc giao thông

Parking

bãi đậu xe

Dworzec

nhà ga

Szyny

đường ray

Pociąg

xe lửa

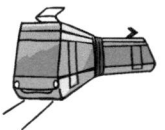

Tramwaj

tàu điện

Wagon

toa xe

Helikopter

máy bay trực thăng

Lotnisko

sân bay

Wieża

tháp

Pasażer

hành khách

Kontener

côngtenơ

Karton

thùng các-tông

Taczka

xe đẩy

Kosz

cái giỏ

startować / lądować

cất cánh / hạ cánh

Miasto
thành phố

Wieś

làng

Centrum miasta

trung tâm thành phố

Dom

nhà

Kino
rạp chiếu phim

Reklama
quảng cáo

Latarnia uliczna
đèn đường

CINEMA

Ulica
đường phố

Taksówka
taxi

Pieszy
người đi bộ

Kiosk
quán ăn nhẹ

Chodnik
vỉa hè

Skrzyżowanie
ngã tư giao th

Pasy dla pieszych
phần đường có vạch cho người đi bộ

Kubeł na śmieci
thùng rác lớn

Lampa
đèn hiệu giao thông

Chata

nhà chòi

Mieszkanie

căn hộ

Dworzec

nhà ga

Ratusz

tòa thị chính

Muzeum

viện bảo tàng

Szkoła

trường học

Uniwersytet

đại học

Bank

ngân hàng

Szpital

bệnh viện

Hotel

khách sạn

Apteka

hiệu thuốc

Biuro

văn phòng

Księgarnia

hiệu sách

Sklep

cửa hiệu

Kwiaciarnia

cửa hiệu bán hoa

Supermarket

siêu thị

Rynek

chợ

Dom towarowy

cửa hàng bách hóa

Sklep z rybami

người bán cá

Centrum handlowe

trung tâm mua bán

Port

bến cảng

Park

công viên

Ławka

ghế băng

Most

cầu

Schody

cầu thang

Metro

tàu điện ngầm

Tunel

đường hầm

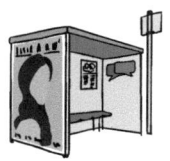

Przystanek autobusowy

trạm xe buýt

Bar

quán bar

Restauracja

khách sạn

Skrzynka na listy

hòm thư công cộng

Tabliczka z nazwą ulicy

bảng hiệu đường

Parkometr

đồng hồ đậu xe

Zoo

vườn bách thú

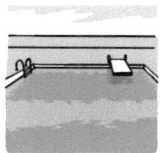

Łaźnia

bể bơi

Meczet

nhà thờ Hồi giáo

Gospodarstwo chłopskie

nông trại

Zanieczyszczenie
środowiska
ô nhiễm môi trường

Cmentarz

nghĩa trang

Kościół

nhà thờ

Plac zabaw

sân chơi

Świątynia

ngôi đền

Krajobraz
phong cảnh

Liść
lá cây

Drogowskaz
bảng chỉ đường

Droga
lối đi

Łąka
bãi cỏ

Kamień
hòn đá

Drzewo
cây

Wędrowiec
người đi bộ đường dài

Rzeka
sông

Trawa
cỏ

Kwiat
bông hoa

Dolina

thung lũng

Góra

đồi

Jezioro

hồ nước

Las

rừng

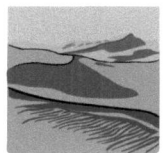

Pustynia

sa mạc

Wulkan

núi lửa

Zamek

lâu đài

Tęcza

cầu vồng

Grzyb

nấm

Palma

cây cọ

Komar

con muỗi

Mucha

con ruồi

Mrówka

con kiến

Pszczoła

con ong

Pająk

con nhện

Chrząszcz

bọ cánh cứng

Żaba

con ếch

Wiewiórka

con sóc

Jeż

con nhím

Zając

con thỏ

Sowa

con cú

Ptak

con chim

Łabędź

thiên nga

Dzik

heo rừng

Jeleń

con hươu

Łoś

nai sừng tấm

Tama

đê

Wiatrak

tuabin gió

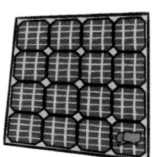

Moduł solarny

tấm năng lượng mặt trời

Klimat

khí hậu

Krajobraz - phong cảnh

Restauracja
khách sạn

Kelner
bồi bàn
Menu
thực đơn
Krzesło
ghế
Zupa
súp
Pizza
bánh pizza
Obrus
khăn trải bàn
Sztućce
bộ dao nĩa ăn

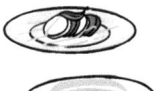

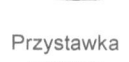

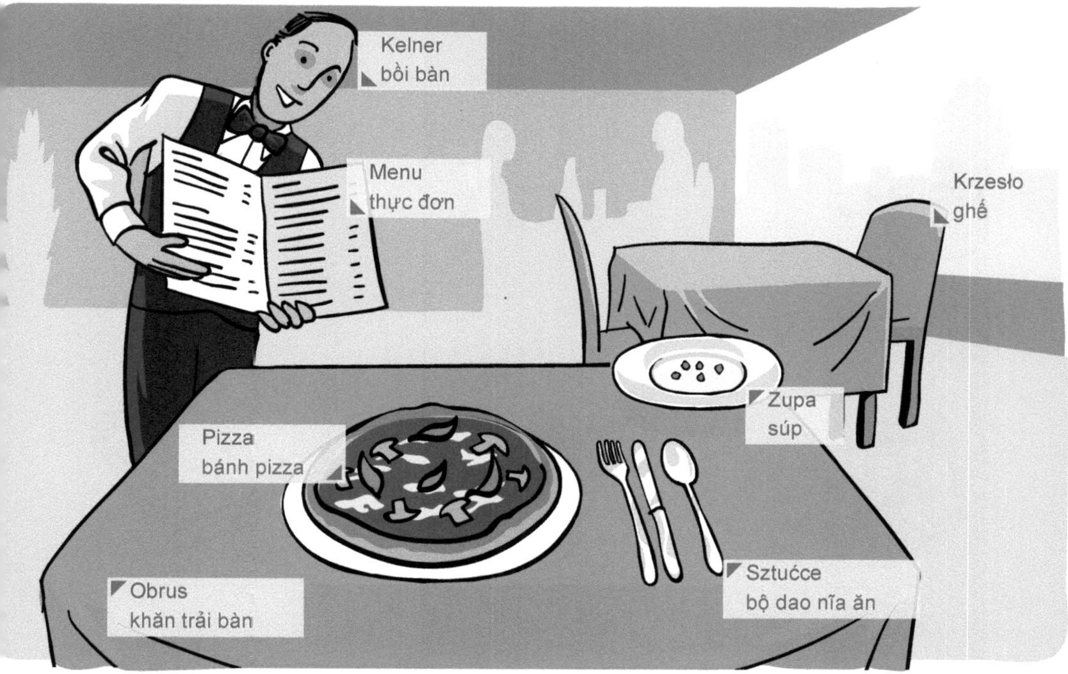

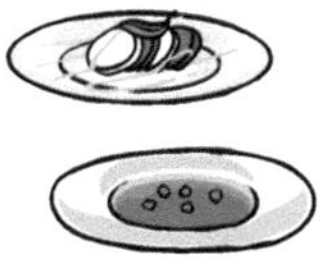

Przystawka
....
món ăn khai vị

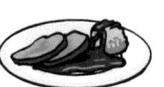

Danie główne
....
món ăn chính

Deser
....
món tráng miệng

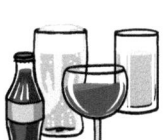

Napoje
....
thức uống

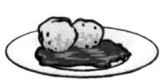

Jedzenie
....
thức ăn

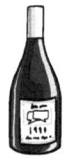

Butelka
....
cái chai

Fastfood

thức ăn nhanh

Streetfood

thức ăn đường phố

Dzbanek na herbatę

ấm trà

Cukierniczka

hộp đường

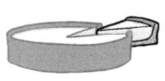

Porcja

khẩu phần

Zaparzarka do espresso

máy pha espresso

Krzesło dla dziecka

ghế cao

Rachunek

hóa đơn

Taca

khay

Noż

dao

Widelec

nĩa

Łyżka

thìa

Łyżeczka

thìa uống trà

Serwetka

khăn ăn

Szklanka

cốc thủy tinh

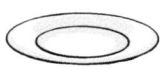

Talerz

đĩa

Talerz do zupy

đĩa súp

Podstawek pod filiżankę

đĩa lót cốc

Sos

nước sốt

Solniczka

lọ muối

Młynek do pieprzu

cái xay tiêu

Ocet

giấm

Olej

dầu

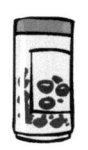

Przyprawy

gia vị

Keczup

nước xốt cà chua

Musztarda

tương hạt cải

Majonez

nước sốt mayonnaise

Supermarket

siêu thị

Oferta
chào giá đặc biệt
FOR
Klient
khách hàng
Produkty mleczne
sản phẩm từ sữa
Owoce
trái cây
Wózek sklepowy
xe đẩy mua sắm

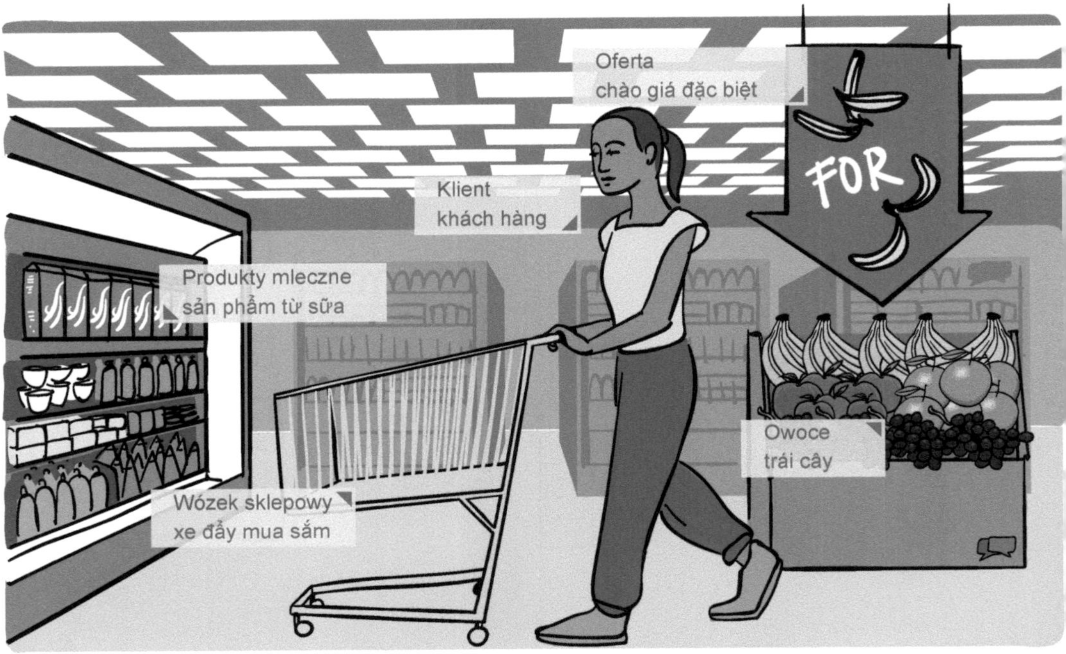

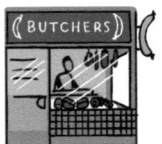

BUTCHERS

Rzeźnia

lò mổ

BAKERY

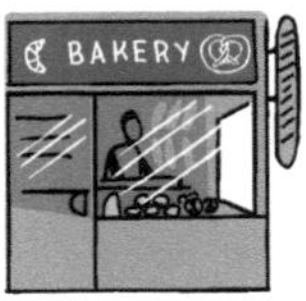

Piekarnia

cửa hiệu bán bánh mì

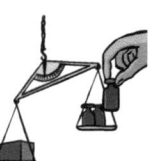

ważyć

cân nặng

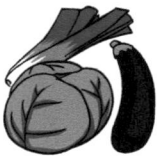

Warzywa

rau quả

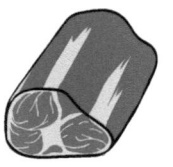

Mięso

thịt

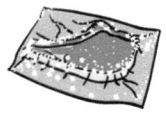

Mrożonki

thức ăn đông lạnh

Wędliny

lát thịt nguội

Konserwy

đồ hộp

Proszek m do prania

bột giặt

Słodycze

đồ ngọt

Artykuły użytku domowego

sản phẩm dùng trong gia đình

Środek czyszczący

chất tẩy rửa

Sprzedawczyni

người bán hàng

Kasa

quầy trả tiền

Kasjer

nhân viên thu ngân

Lista zakupów

danh sách mua sắm

Godziny otwarcia

giờ mở cửa

Portfel

ví tiền

Karta kredytowa

thẻ tín dụng

Torba

túi đeo

Torebka plastikowa

túi ny lông

Woda

nước

Sok

nước quả ép

Mleko

sữa

Cola

coca-cola

Wino

rượu vang

Piwo

bia

Alkohol

cồn

Kakao

cacao

Herbata

trà

Kawa

cà phê

Espresso

espresso

Cappuccino

cappuccino

Banan

chuối

Jabłko

quả táo

Pomarańcza

quả cam

Arbuz

dưa hấu

Cytryna

chanh

Marchew

cà rốt

Czosnek

tỏi

Bambus

tre

Cebula

củ hành

Grzyb

nấm

Orzechy

hạt dẻ

Makaron

mì

Spaghetti

mì spaghetti

Ryż

cơm

Sałatka

xà lách

Frytki

khoai tây chiên

Ziemniaki pieczone

khoai tây chiên

Pizza

bánh pizza

Hamburger

bánh hamburger

Kanapka

bánh mì sandwich

Sznycel

thịt côtlet

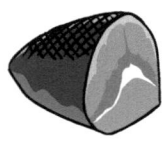

Szynka

thịt giăm bông

Salami

xúc xích

Kiełbasa

dồi

Kura

gà

Pieczeń

rán

Ryba

cá

Płatki owsiane

cháo yến mạch

Musli

cháo muesli

Płatki kukurydziane

bánh bột ngô nướng

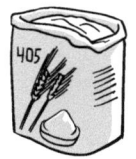

Mąka

bột mì

Croissant

bánh sừng bò

Bułka

bánh mì

Chleb

bánh mì

Toast

bánh mì nướng

Ciastka

bánh bích quy

Masło

bơ

Twarożek

sữa đông

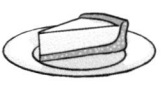

Ciasto

bánh ngọt

Jajko

trứng

Jajko sadzone

trứng rán

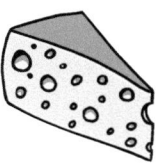

Ser

pho mát

Lody

kem

Cukier

đường

Miód

mật ong

Marmolada

mứt

Krem nugatowy

kem nougat

Curry

cà ri

Gospodarstwo chłopskie
nông trại

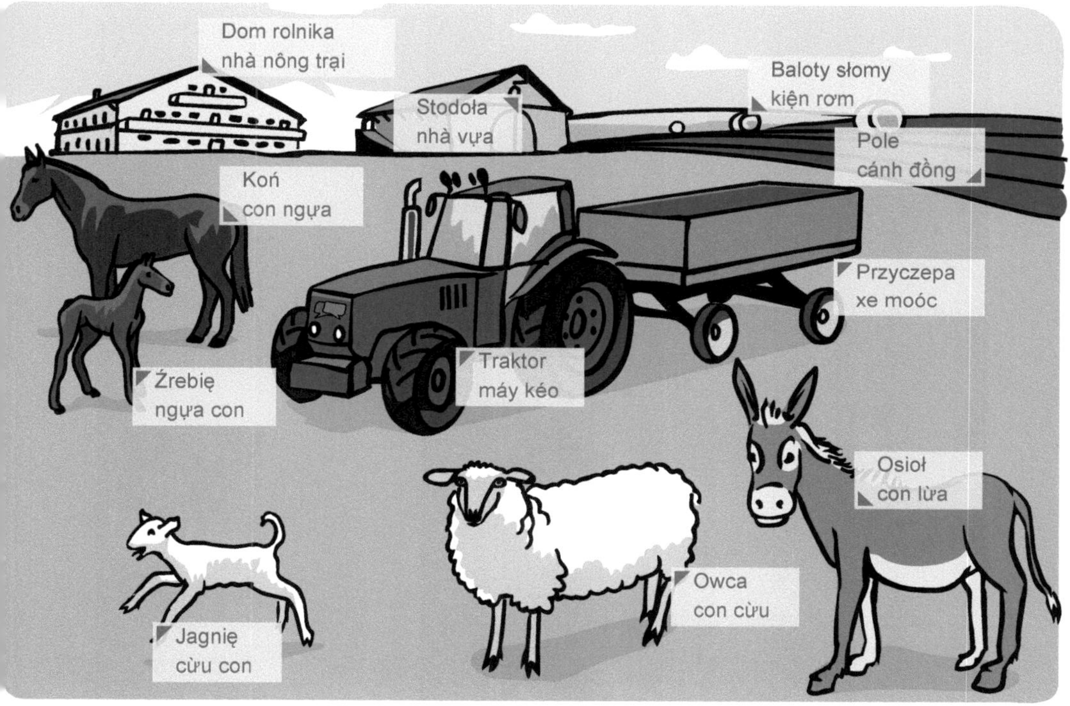

Dom rolnika
nhà nông trại
Stodoła
nhà vựa
Baloty słomy
kiện rơm
Pole
cánh đồng
Koń
con ngựa
Przyczepa
xe moóc
Traktor
máy kéo
Źrebię
ngựa con
Osioł
con lừa
Owca
con cừu
Jagnię
cừu con

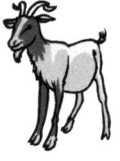

Koza

con dê

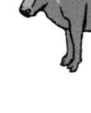

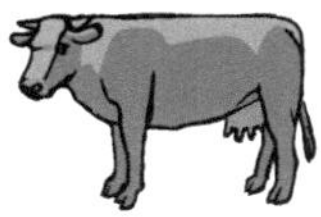

Krowa

con bò

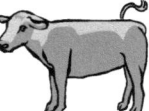

Cielę

con bê

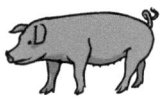

Świnia

con lợn

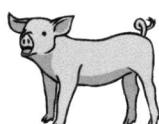

Prosię

lợn con

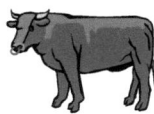

Byk

bò đực

Gęś

con ngỗng

Kaczka

con vịt

Kurczątko

gà con

Kura

gà mái

Kogut

gà trống

Szczur

con chuột

Kot

mèo

Mysz

chuột nhắt

Osioł

bò đực

Pies

con chó

Buda dla psa

nhà chuồng chó

Wąż ogrodowy

ống tưới vườn cây

Konewka

thùng tưới cây

Kosa

lưỡi hái

Pług

cái cày

Sierp

cái liềm

Graca

cái cuốc

Widły

cái chĩa

Siekiera

cái rìu

Taczka

xe cút kít

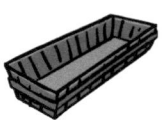

Koryto

máng ăn

Kanka na mleko

lọ sữa

Worek

bao tải

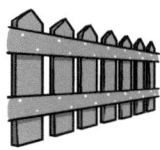

Płot

hàng rào

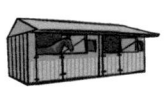

Stajnia

chuồng

Szklarnia

nhà kính trồng cây

Ziemia

đất trồng

Nasiona

hạt giống

Nawóz

phân bón

Kombajn zbożowy

máy gặt đập liên hợp

zbierać

thu hoạch

Żniwa

mùa thu hoạch

Podchrzyn

khoai lang

Pszenica

lúa mì

Soja

đậu nành

Ziemniak

khoai tây

Kukurydza

ngô

Rzepak

hạt cải dầu

Drzewo owocowe

cây ăn trái

Maniok

sắn

Zboże

ngũ cốc

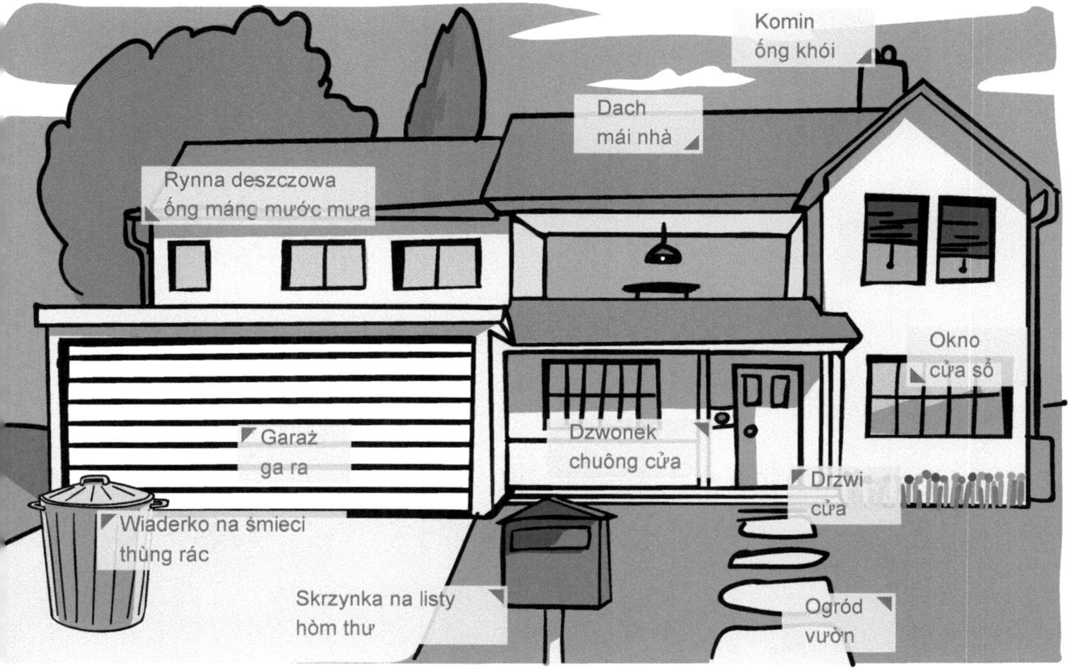

Komin
óng khói

Dach
mái nhà

Rynna deszczowa
óng máng mước mưa

Okno
cửa sổ

Garaż
ga ra

Dzwonek
chuông cửa

Drzwi
cửa

Wiaderko na śmieci
thùng rác

Skrzynka na listy
hòm thư

Ogród
vườn

Pokój dzienny

phòng khách

Łazienka

phòng tắm

Kuchnia

bếp

Sypialnia

phòng ngủ

Pokój dziecięcy

phòng trẻ em

Jadalnia

phòng ăn

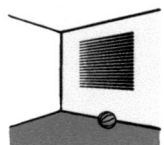

Ziemia

nền nhà

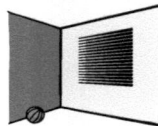

Ściana

tường

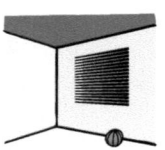

Koc

trần nhà

Piwnica

tầng hầm

Sauna

tắm hơi

Balkon

ban công

Taras

sân hiên

Basen

bể bơi

Kosiarka do trawy

máy cắt cỏ

Poszwa

khăn trải giường

Kołdra

khăn trải giường

Łóżko

giường

Miotła

chổi

Wiadro

cái xô

Włącznik

công tắc điện

Pokój dzienny
phòng khách

Tapeta
giấy dán tường
Obraz
hình ảnh
Lampa
đèn
Regał
cái kệ
Szafa
tủ
Telewizor
ti vi
Komin
lò sưởi
Kwiat
bông hoa
Poduszka
gối
Kanapa
ghế sofa
Wazon
bình hoa
Pilot
điều khiển từ xa

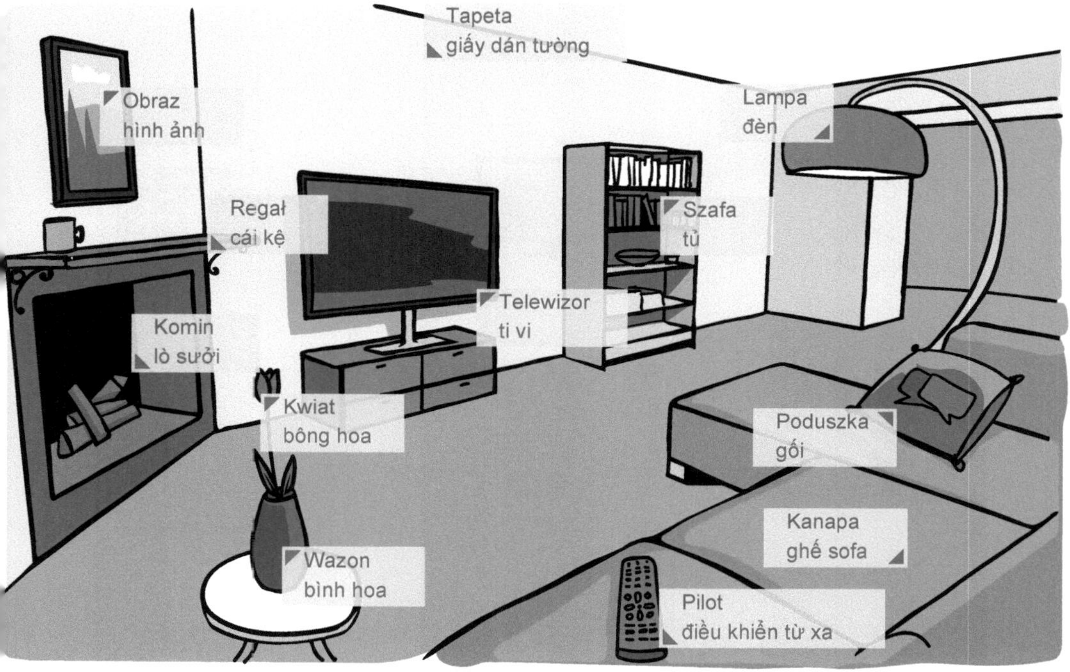

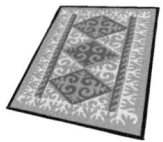

Dywan

thảm

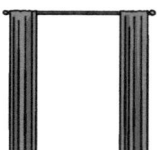

Zasłona

rèm

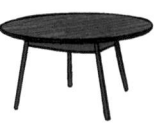

Stół

cái bàn

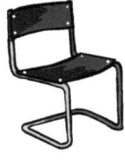

Krzesło

ghế

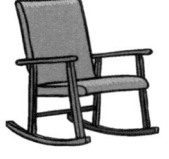

Bujak

ghế bập bênh

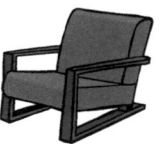

Fotel

ghế bành

Książka

sách

Sufit

cái chăn

Dekoracja

đồ trang trí

Drewno kominkowe

củi

Film

phim

Instalacja stereo

máy hi-fi

Klucz

chìa khóa

Gazeta

báo

Malunek

bức tranh

Plakat

áp phích

Radio

radio

Notatnik

sổ ghi chép

Odkurzacz

máy hút bụi

Kaktus

cây xương rồng

Świeczka

cây nến

Kuchnia
bếp

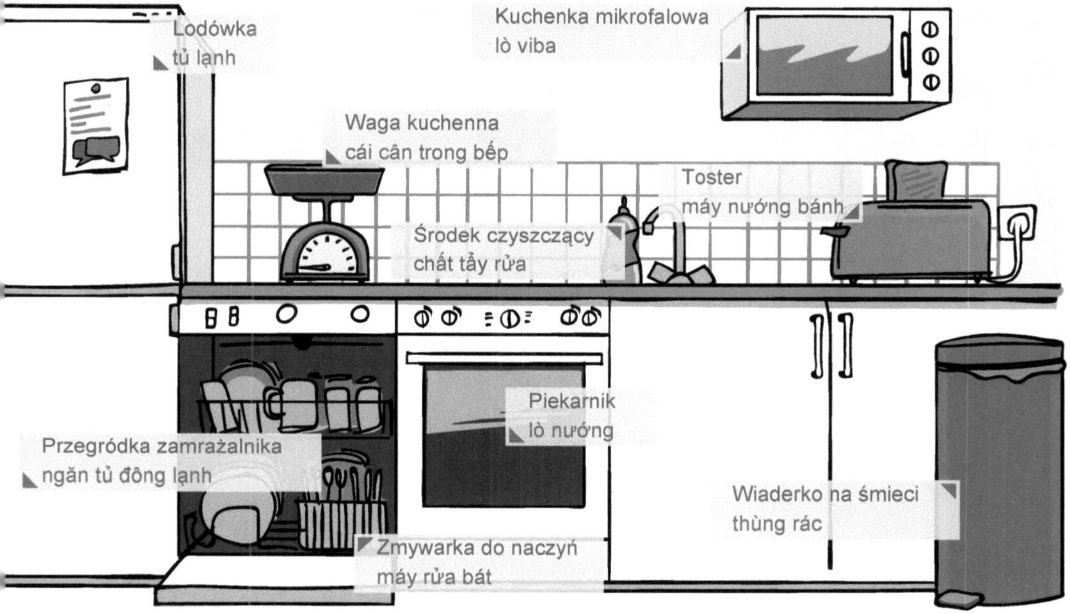

Lodówka
tủ lạnh
Kuchenka mikrofalowa
lò viba
Waga kuchenna
cái cân trong bếp
Toster
máy nướng bánh
Środek czyszczący
chất tẩy rửa
Piekarnik
lò nướng
Przegródka zamrażalnika
ngăn tủ đông lạnh
Wiaderko na śmieci
thùng rác
Zmywarka do naczyń
máy rửa bát

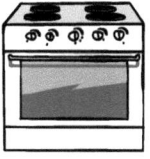

Kuchenka
lò nấu

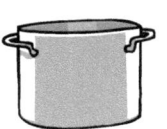

Garnek
nồi

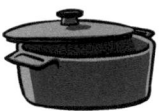

Kocioł żeliwny
nồi sắt

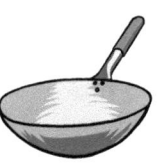

Wok / Kadai
chảo

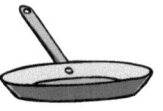

Patelnia
chảo

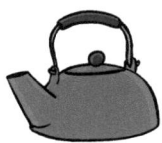

Czajnik
ấm đun nước

Parowar

nồi đun hơi

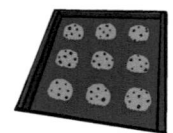

Blacha do pieczenia

khay lò nướng

Naczynia kuchenne

bát đĩa

Kubek

cốc

Miska

cái bát

Pałeczki

đũa

Nabierka

cái vá

Łopatka do smażenia

bàn xẻng

Trzepaczka do śmietany

que đánh kem

Cedzak

rây dùng trong bếp

Sitko

cái rây lọc

Tarka

cái nạo

Moździerz

vữa

Grillowanie

vỉ nướng

Palenisko

ngọn lửa trần

Deska

cái thớt

Wałek do ciasta

trục cán bột

Korkociąg

cái mở nút chai

Puszka

vỏ đồ hộp

Otwieracz do puszek

cái mở vỏ đồ hộp

Ściereczka do trzymania garnka

miếng nhấc nồi

Umywalka

bồn rửa bát

Szczotka

bàn chải

Gąbka

miếng xốp

Mikser

máy xay

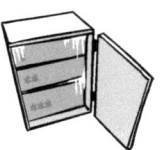

Zamrażarka

tủ đông lạnh

Butelka dla niemowlęcia

bình sữa cho trẻ sơ sinh

Kran

vòi nước

Łazienka
phòng tắm

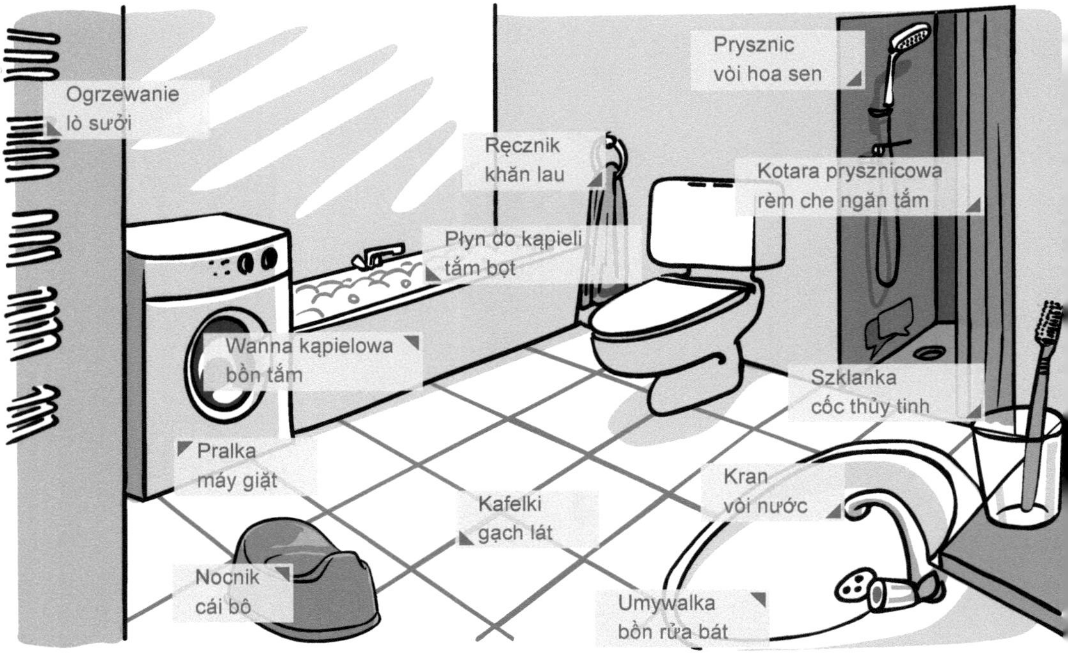
Ogrzewanie
lò sưởi
Ręcznik
khăn lau
Prysznic
vòi hoa sen
Kotara prysznicowa
rèm che ngăn tắm
Płyn do kąpieli
tắm bọt
Wanna kąpielowa
bồn tắm
Szklanka
cốc thủy tinh
Pralka
máy giặt
Kran
vòi nước
Kafelki
gạch lát
Nocnik
cái bô
Umywalka
bồn rửa bát

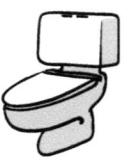

Toaleta

bồn cầu

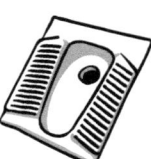

Toaleta kuczna

bồn cầu ngồi xổm

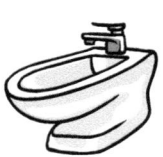

Bidet

bồn rửa hậu môn

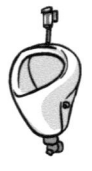

Pisuar

bồn tiểu tiện

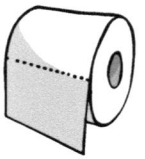

Papier toaletowy

giấy vệ sinh

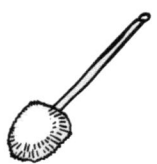

Szczotka toaletowa

bàn chải cọ bồn cầu

Szczoteczka do zębów

bàn chải đánh răng

Pasta do zębów

kem đánh răng

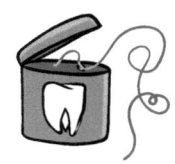

Nitki do czyszczenia zębów

chỉ nha khoa

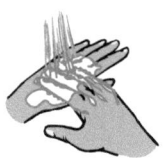

myć

rửa

Głowica prysznicowa

vòi sen cầm tay

Płyn kąpielowy do higieny intymnej

vòi rửa hậu môn

Miska do mycia

bồn rửa

Szczotka kąpielowa

bàn chải cọ lưng

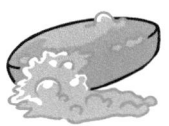

Mydło

xà phòng

Żel prysznicowy

sữa tắm

Szampon

dầu gội

Rękawica kąpielowa

khăn cọ để tắm

Odpływ

lỗ thoát nước

Krem

kem

Dezodorant

chất khử mùi

Lustro

gương

Lustro kosmetyczne

gương tay

Golarka

dao cạo râu

Pianka do golenia

kem cạo râu

Woda po goleniu

nước thơm dùng sau khi cạo râu

Grzebień

cái lược

Szczotka

bàn chải

Suszarka do włosów

máy xấy tóc

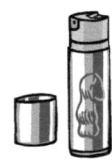

Spray do włosów

keo xịt tóc

Makijaż

đồ trang điểm

Pomadka

thỏi son môi

Lakier do paznokci

sơn bôi móng

Wata

bông

Nożyczki do paznokci

kéo cắt móng

Perfum

nước hoa

Kosmetyczka

túi đựng đồ tắm

Taboret

ghế đẩu

Waga

cái cân

Szlafrok kąpielowy

áo choàng tắm

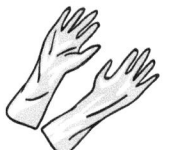

Rękawice gumowe

găng tay làm vệ sinh

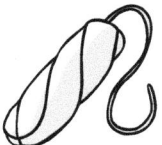

Tampon

nút gạc

Podpaska damska

băng vệ sinh

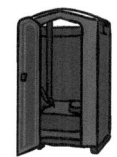

Toaleta chemiczna

nhà vệ sinh hóa chất

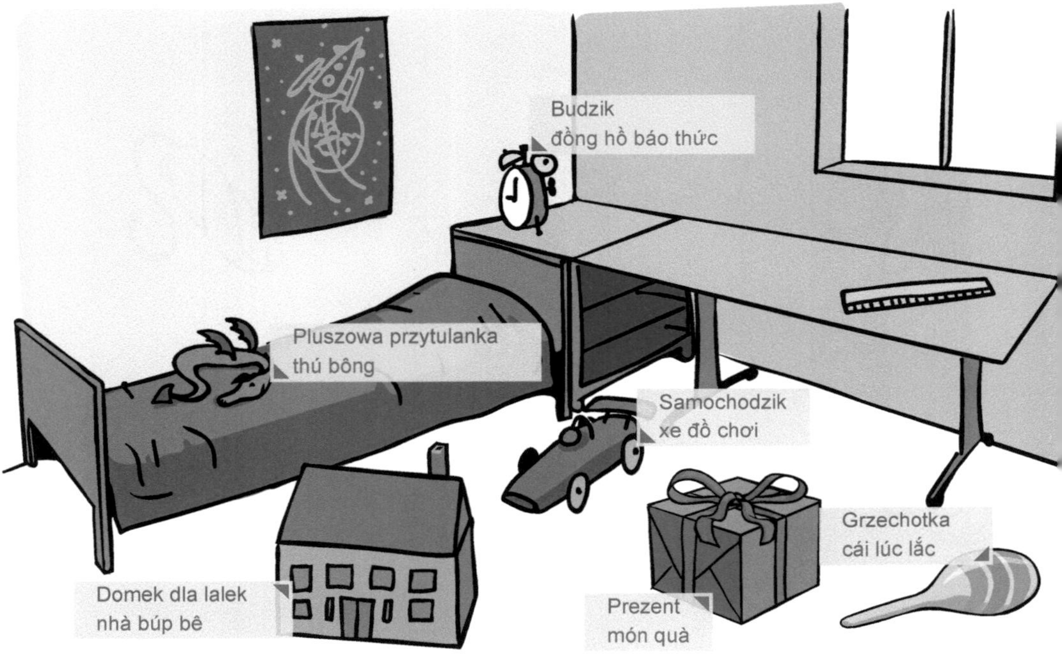
Budzik
đồng hồ báo thức
Pluszowa przytulanka
thú bông
Samochodzik
xe đồ chơi
Grzechotka
cái lúc lắc
Domek dla lalek
nhà búp bê
Prezent
món quà

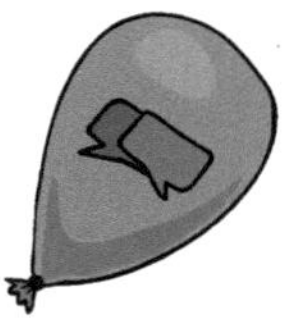

Balon

bong bóng

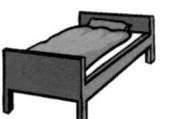

Łóżko

giường

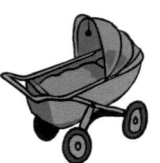

Wózek dziecięcy

xe nôi

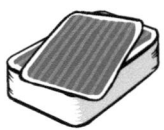

Gra w karty

trò chơi bài

Puzzle

trò chơi ghép hình

SUPER
MEGA

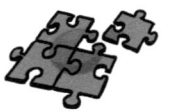

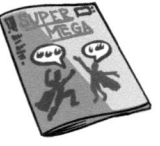

Komiks

truyện tranh

Klocki lego

gạch Lego

Klocki

khối xếp hình

Action figura

nhân vật hành động

Śpioszek dziecięcy

áo liền quần cho trẻ sơ sinh

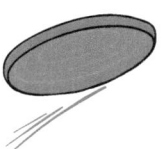

Frisbee

đĩa nhựa để ném

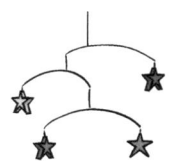

Zabawki ruchome

đồ chơi treo trên giường

Gra planszowa

trò chơi cờ bàn

Kości

xúc xắc

Kolejka elektryczna

đồ chơi xe lửa mô hình

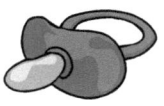

Smoczek

ti giả

Przyjęcie

buổi tiệc

Książka z ilustracjami

sách tranh

Piłka

quả bóng

Lalka

búp bê

bawić się

chơi

Piaskownica

hố cát

Huśtawka

cái đu

Zabawki

đồ chơi

Konsola do gier

máy chơi game cầm tay

Rowerek trójkołowy

xe ba bánh

Pluszowy miś

gấu bông

Szafa ubraniowa

tủ quần áo

Ubiór

y phục

Skarpety

bít tất

Pończochy

bít tất dài

Rajstopy

quần tất

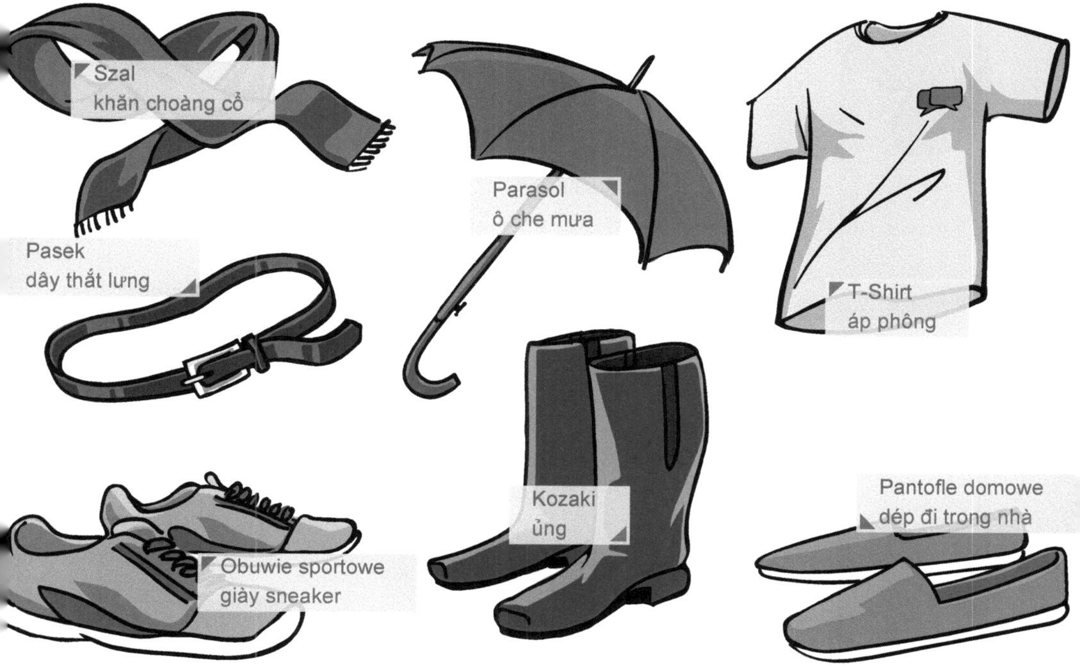

Szal
khăn choàng cổ

Parasol
ô che mưa

Pasek
dây thắt lưng

T-Shirt
áp phông

Kozaki
ủng

Pantofle domowe
dép đi trong nhà

Obuwie sportowe
giày sneaker

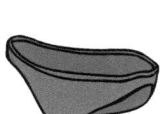

Sandały

dép xăng đan

Buty

giày

Kalosze

ủng cao su

Majtki

quần lót

Biustonosz

áo ngực

Podkoszulek

áo vest

Body

áo ôm sát cơ thể

Spodnie

quần dài

Dżins

quần bò

Spódnica

váy

Bluzka

áo cánh

Koszula

áo sơ mi

Pulower

áo len chui đầu

Bluza sportowa

áo len

Marynarka

áo blazer

Kurtka

áo jacket

Płaszcz

áo khoác

Płaszcz przeciwdeszczowy

áo mưa

Kostium

trang phục

Sukienka

áo váy

Suknia ślubna

áo cưới

Garnitur męski

bộ com lê

Koszula nocna

áo ngủ

Piżama

pijama

Sari

trang phục sari

Chusta na głowę

khăn trùm đầu

Turban

khăn đội đầu

Burka

áo burka

Kaftan

áo captan

Abaya

áo aba

Strój kąpielowy

quần áo bơi

Kąpielówki

quần bơi

Krótkie spodnie

quần đùi

Dres sportowy

quần áo tracksuit

Fartuch

tạp dề

Rękawiczki

găng tay

Guzik

cái cúc

Okulary

kính mắt

Bransoletka

vòng đeo tay

Łańcuszek

vòng cổ

Pierścionek

nhẫn

Kolczyk

hoa tai

Czapka

mũ lưỡi trai

Wieszak

cái mắc treo áo quần

Kapelusz

mũ

Krawat

cà vạt

Zamek błyskawiczny

dây kéo phéc mơ tuya

Kask

mũ bảo hiểm

Szelki

dây đeo quần

Mundurek szkolny

đồng phục học sinh

Mundur

đồng phục

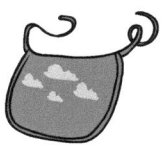

Śliniaczek

yếm trẻ em

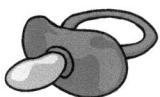

Smoczek

ti giả

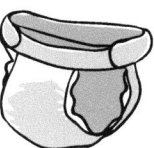

Pieluszka

tã lót

Biuro

văn phòng

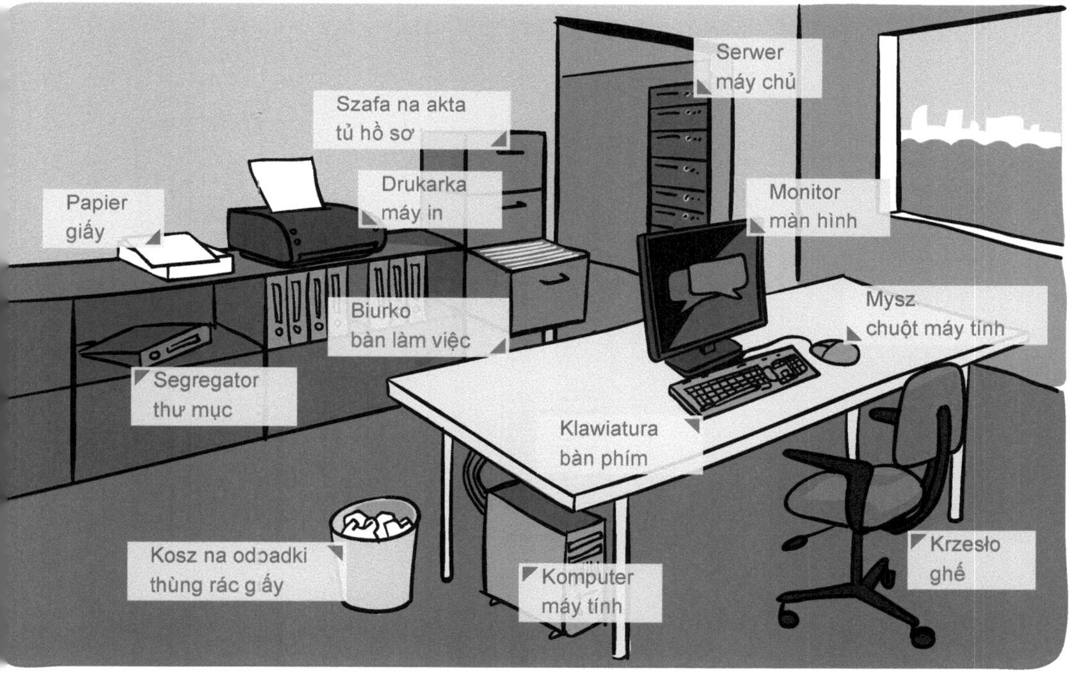

Serwer
máy chủ
Szafa na akta
tủ hồ sơ
Drukarka
máy in
Papier
giấy
Monitor
màn hình
Biurko
bàn làm việc
Mysz
chuột máy tính
Segregator
thư mục
Klawiatura
bàn phím
Kosz na odpadki
thùng rác giấy
Komputer
máy tính
Krzesło
ghế

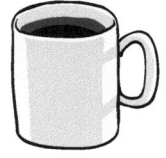

Filiżanka do kawy

cốc cà phê

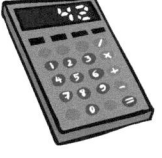

Kalkulator

máy tính bỏ túi

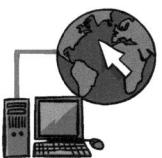

Internet

internet

Laptop

laptop

List

thư

Wiadomość

tin nhắn

Komórka

điện thoại di động

Sieć

mạng

Kopiarka

máy photocopy

Oprogramowanie

phần mềm

Telefon

điện thoại

Gniazdko

ổ cắm điện

Faks

máy fax

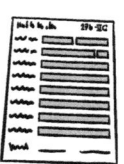

Formularz

mẫu đơn

Dokument

chứng từ

kupić
....
mua

płacić
....
trả tiền

postępować
....
buôn bán

Pieniądze
....
tiền

Dolar
....
đô la

Euro
....
Euro

Jen
....
yên

Rubel
....
rúp

Frank
....
franc Thụy Sĩ

Juan Renminbi
....
nhân dân tệ

Rupia
....
rupi

Bankomat
....
máy rút tiền tự động

Kantor wymiany walut

quầy đổi tiền

Złoto

vàng

Srebro

bạc

Olej

dầu

Energia

năng lượng

Cena

giá tiền

Umowa

hợp đồng

Podatek

thuế

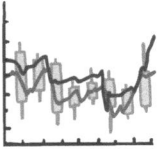

Akcja

cổ phiếu

pracować

làm việc

Pracownik umysłowy

nhân viên

Pracodawca

chủ lao động

Fabryka

nhà máy

Sklep

cửa hiệu

Zawody
nghề nghiệp

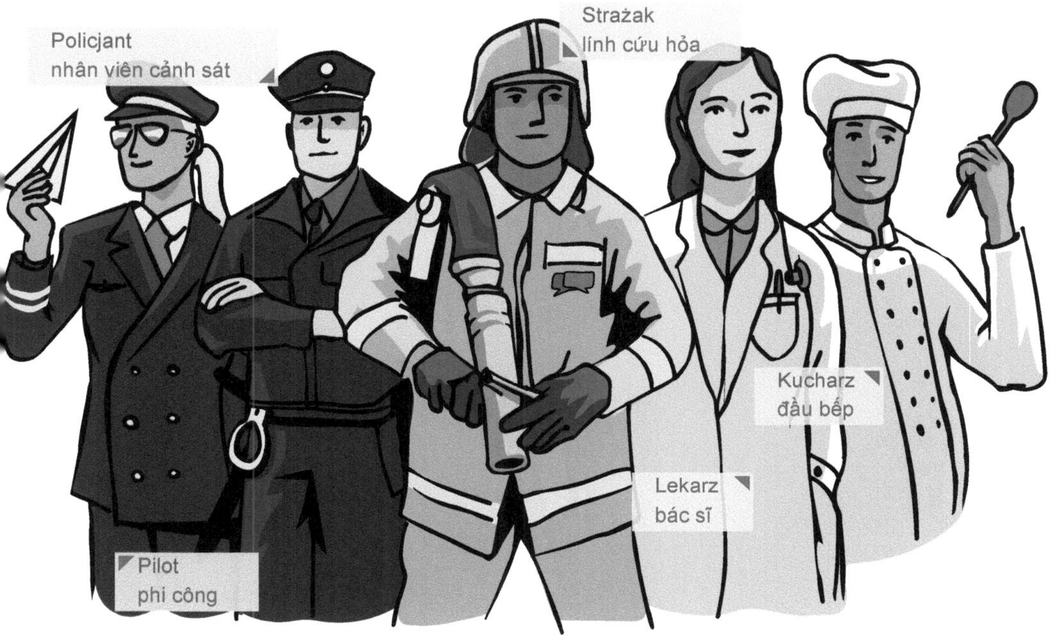

Policjant
nhân viên cảnh sát
Strażak
lính cứu hỏa
Kucharz
đầu bếp
Lekarz
bác sĩ
Pilot
phi công

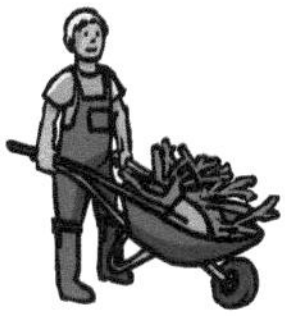

Ogrodnik

người làm vườn

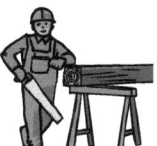

Stolarz

thợ mộc

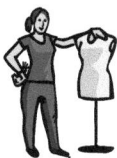

Krawcowa

thợ may

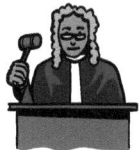

Sędzia

chánh án

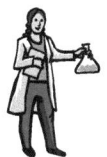

Chemik

nhà hóa học

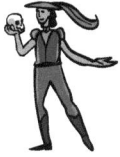

Aktor

diễn viên

Kierowca autobusu

tài xế xe buýt

Taksówkarz

người lái taxi

Fischer

ngư dân

Sprzątaczka

người lau dọn vệ sinh

Dekarz

thợ lợp mái nhà

Kelner

bồi bàn

Myśliwy

thợ săn

Malarz

họa sĩ

Piekarz

thợ làm bánh

Elektryk

thợ điện

Robotnik budowlany

thợ xây dựng

Inżynier

kỹ sư

Rzeźnik

người hàng thịt

Instalator

thợ sửa ống nước

Listonosz

người đưa thư

Żołnierz

người lính

Architekt

kiến trúc sư

Kasjer

nhân viên thu ngân

Florysta

người bán hoa

Fryzjer

thợ cắt tóc

Konduktor

nhân viên soát vé

Mechanik

thợ cơ khí

Kapitan

thuyền trưởng

Dentysta

nha sĩ

Naukowiec

nhà khoa học

Rabin

giáo sĩ Do thái

Imam

lãnh tụ Hồi giáo

Mnich

nhà sư

Proboszcz

mục sư

Narzędzia
dụng cụ

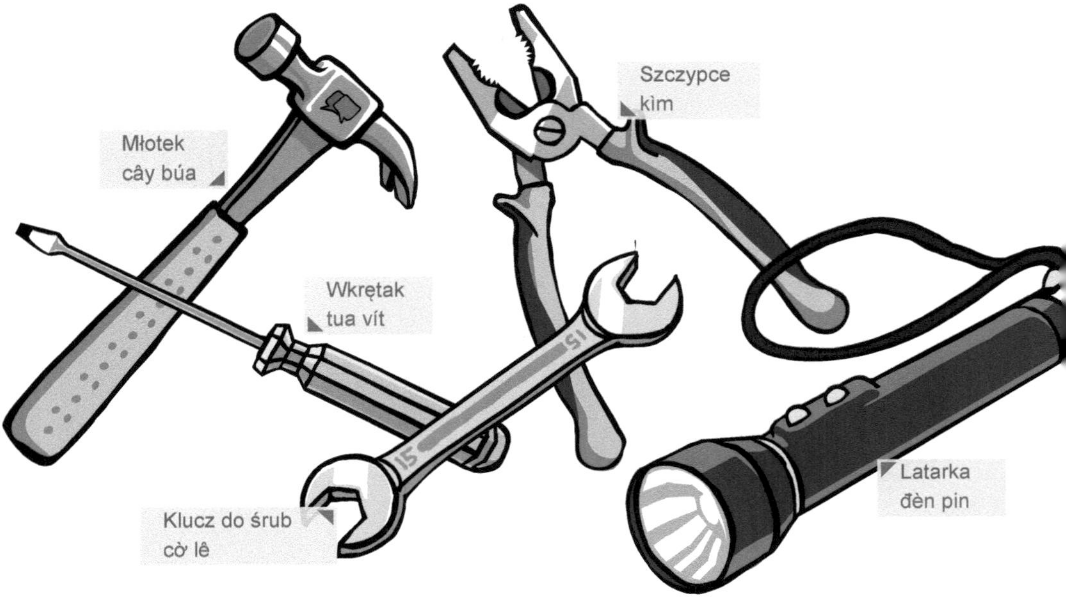
Młotek
cây búa
Szczypce
kìm
Wkrętak
tua vít
Klucz do śrub
cờ lê
Latarka
đèn pin

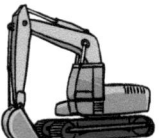

Koparka

máy xúc đất

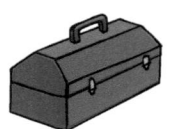

Skrzynka narzędziowa

hộp dụng cụ

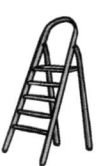

Drabina

cái thang

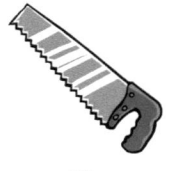

Piła

cưa

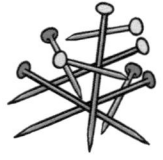

Gwoździe

đinh

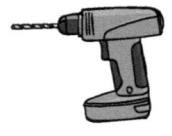

Wiertło

máy khoan

naprawić

sửa chữa

Łopatka

cái xẻng

Cholera!

khốn nạn!

Szufelka

cái hót rác

Puszka z farbą

thùng sơn

Śruby

vít

Instrumenty muzyczne
nhạc cụ

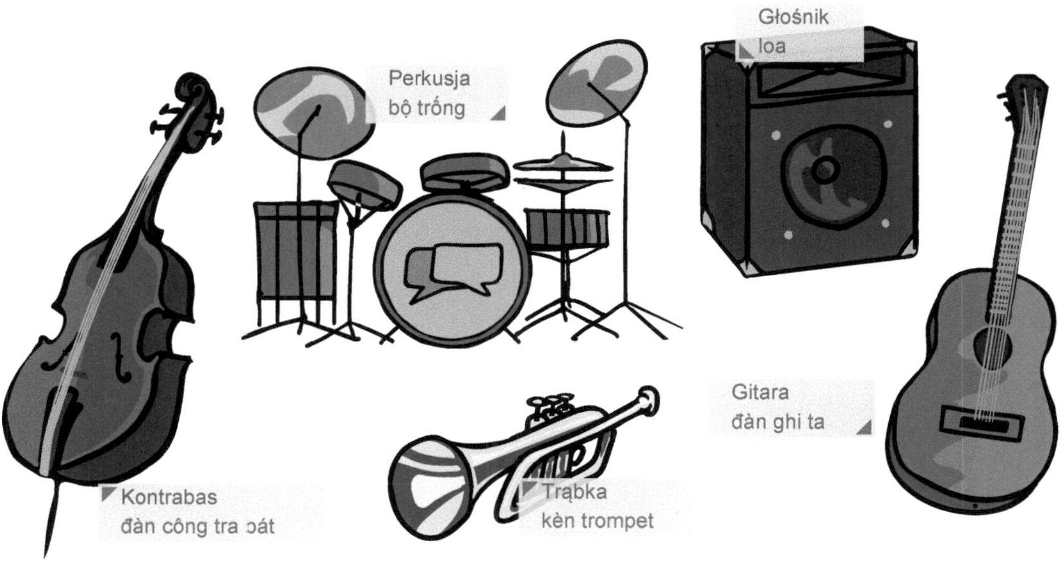

Głośnik
loa

Perkusja
bộ trống

Gitara
đàn ghi ta

Kontrabas
đàn công tra bát

Trąbka
kèn trompet

Pianino

đàn piano

Skrzypce

đàn vĩ cầm

Bas

ghi ta bass

Kotły

trống định âm

Bęben

trống

Keyboard

đàn organ

Saksofon

kèn Saxophone

Flet

sáo

Mikrofon

micro

Zoo
vườn bách thú

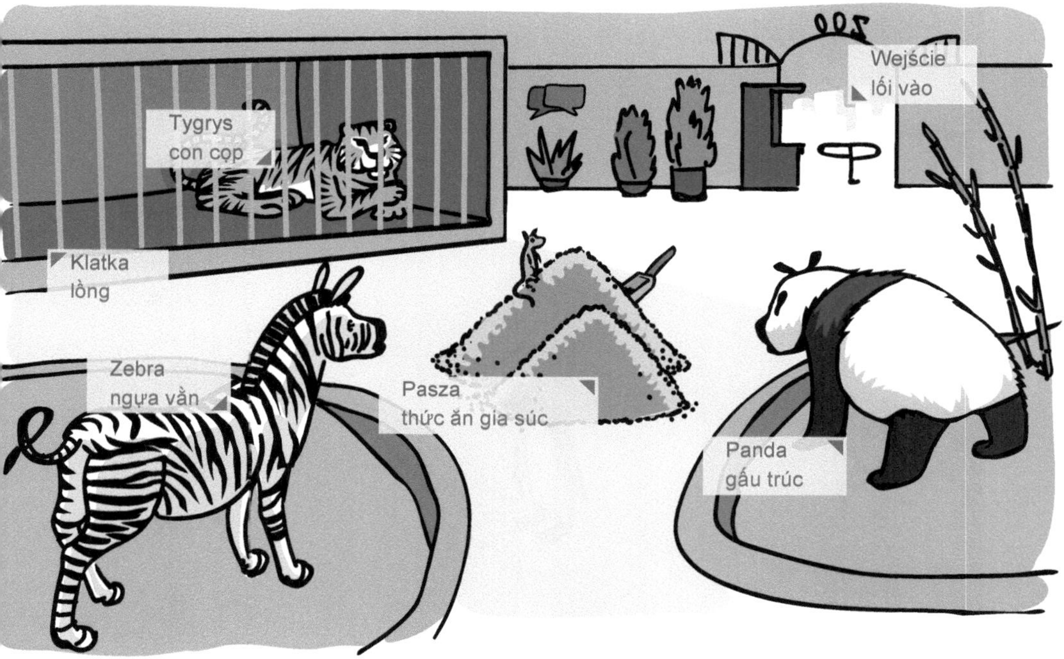

Tygrys
con cọp
Wejście
lối vào
Klatka
lồng
Zebra
ngựa vằn
Pasza
thức ăn gia súc
Panda
gấu trúc

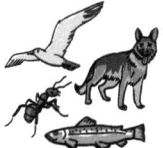

Zwierzęta

động vật

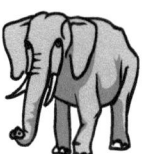

Słoń

con voi

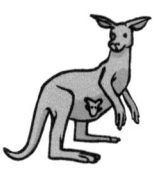

Kangur

chuột túi

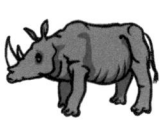

Nosorożec

tê giác

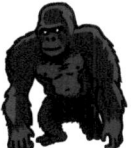

Goryl

khỉ đột

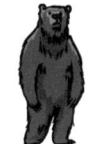

Niedźwiedź

con gấu

Wielbłąd

lạc đà

Struś

đà điểu

Lew

sư tử

Małpa

con khỉ

Fleming

hồng hạc

Papuga

con vẹt

Niedźwiedź polarny

gấu bắc cực

Pingwin

chim cánh cụt

Rekin

cá mập

Paw

con công

Wąż

con rắn

Krokodyl

cá sấu

Dozorca w zoo

người trông giữ vườn bách thú

Foka

hải cẩu

Jaguar

báo đốm

Zoo - vườn bách thú

Kucyk

ngựa lùn

Gepard

con báo

Hipopotam

hà mã

Żyrafa

hươu cao cổ

Orzeł

đại bàng

Dzik

heo rừng

Ryba

cá

Żółw

con rùa

Mors

hải mã

Lis

con cáo

Gazela

linh dương

Futbol amerykański
bóng bầu dục Mỹ

Kolarstwo
đua xe đạp

Tenis
quần vợt

Koszykówka
bóng rổ

Pływanie
bơi

Boks
đấm bốc

Hokej na lodzie
khúc côn cầu trên băng

Piłka nożna

bóng đá

Badminton

cầu lông

Lekka atletyka

điền kinh

Piłka ręczna

bóng ném

Narciarstwo

trượt tuyết

Polo

polo

Działania
các hoạt động

skakać
nhảy
objąć
ôm
śmiać się
cười
iść
đi bộ
śpiewać
ca hát
marzyć
mơ
modlić się
cầu nguyện
całować
hôn

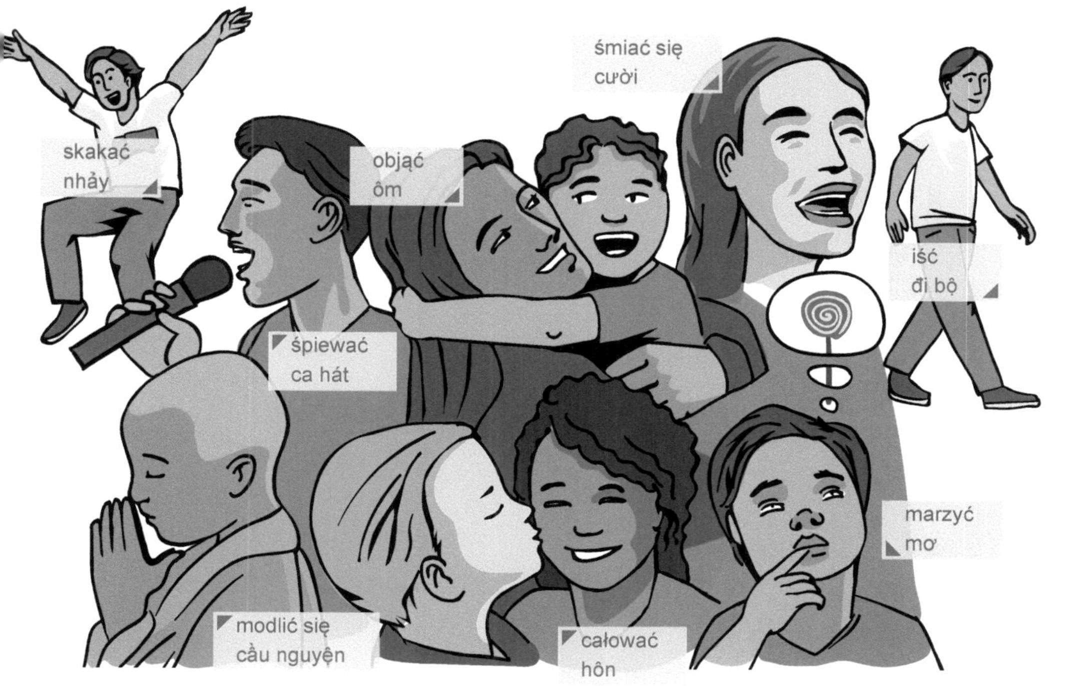

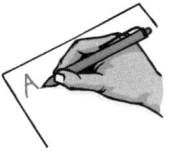

pisać
viết

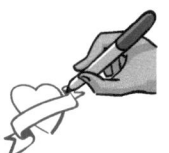

rysować
vẽ

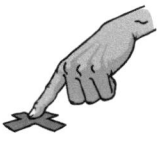

pokazywać
chỉ trỏ

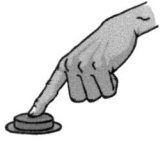

nacisnąć
đẩy

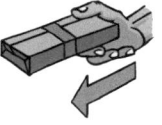

dać
cho

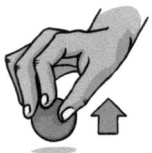

wziąć
lấy đi

mieć

có

robić

làm

być

thì / là

stać

đứng

biegać

chạy

ciągnąć

kéo

rzucać

ném

spaść

rơi

leżeć

nằm

czekać

chờ đợi

nosić

mang vác

siedzieć

ngồi

zakładać

mặc quần áo

spać

ngủ

budzić się

thức dậy

spojrzeć

xem

płakać

khóc

głaskać

vuốt ve

czesać się

chải

mówić

nói chuyện

rozumieć

hiểu

pytać

câu hỏi

słyszeć

nghe

pić

uống

jeść

ăn

sprzątać

dọn dẹp

kochać

yêu

gotować

nấu nướng

jechać

lái xe

latać

bay

żeglować

đi thuyền buồm

liczyć

tính toán

czytać

đọc

uczyć się

học

pracować

làm việc

wejść w związek małżeński

cưới

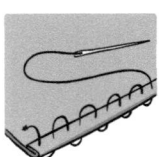

szyć

khâu vá

myć zęby

đánh răng

zabić

giết

palić tytoń

hút thuốc

wysłać

gửi đi

Rodzina
gia đình

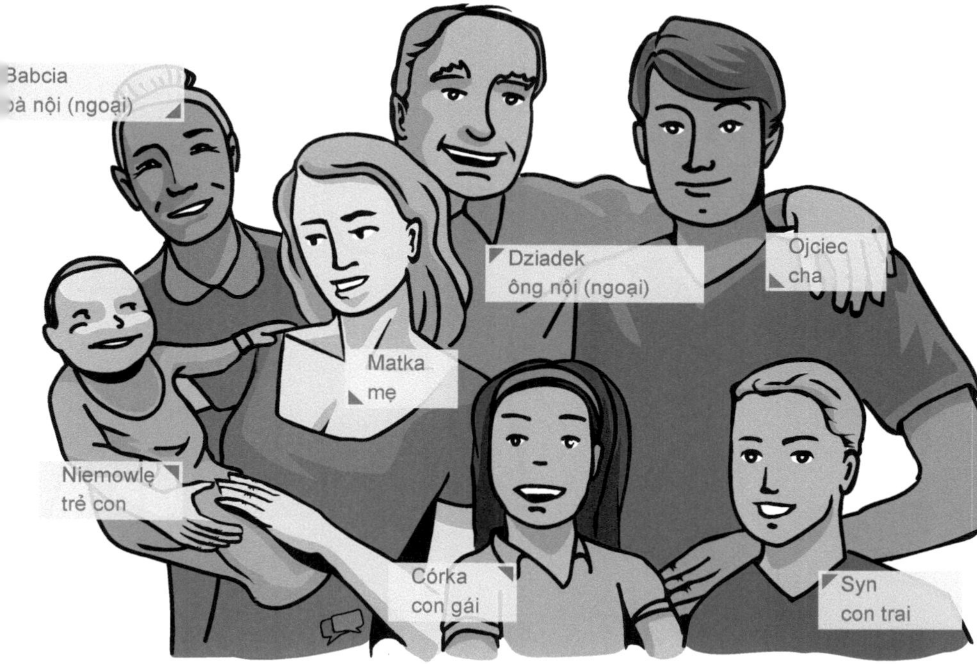

Babcia
bà nội (ngoại)
Dziadek
ông nội (ngoại)
Ojciec
cha
Matka
mẹ
Niemowlę
trẻ con
Córka
con gái
Syn
con trai

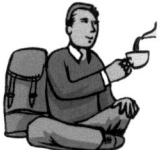

Gość

khách

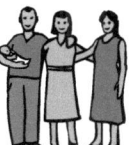

Ciotka

cô (dì)

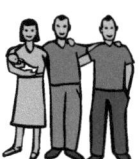

Wujek

chú, bác (cậu)

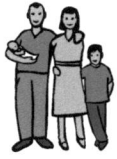

Brat

anh (em) trai

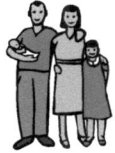

Siostra

chị (em) gái

Ciało

cơ thể

Czoło
trán
Oko
mắt
Ramię
vai
Palec
ngón tay
Twarz
mặt
Broda
cằm
Ręka
bàn tay
Noga
chân
Pierś
ngực
Ramię
cánh tay

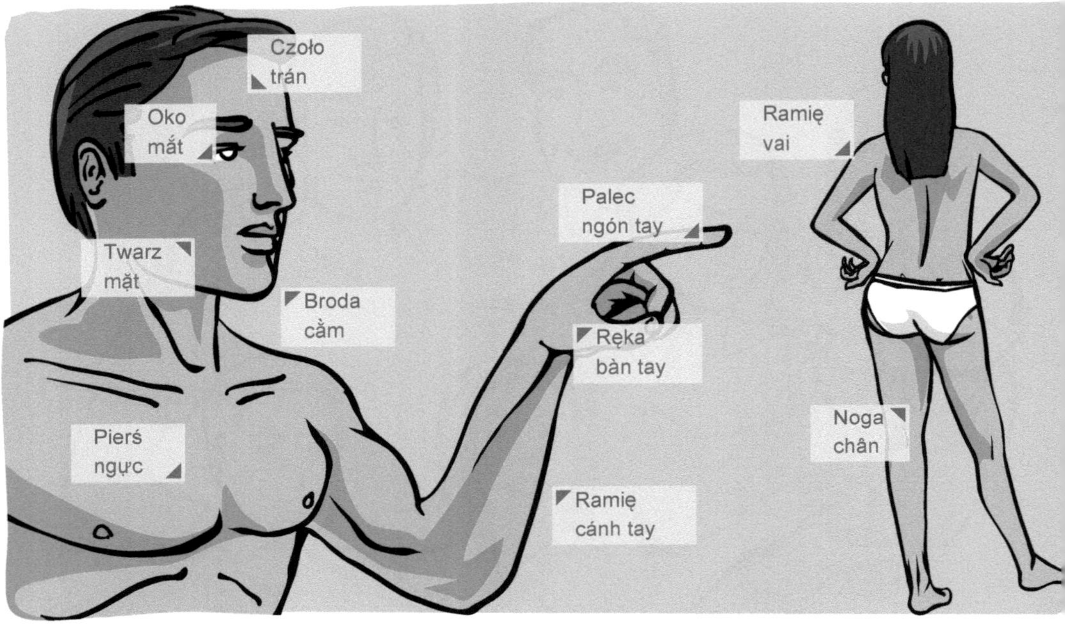

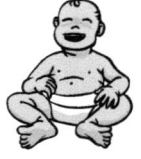

Niemowlę
trẻ con

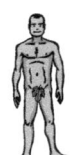

Mężczyzna
đàn ông

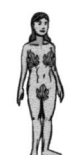

Kobieta
phụ nữ

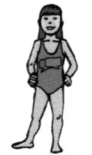

Dziewczyna
bé gái

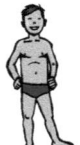

Chłopiec
bé trai

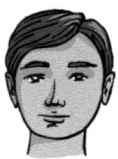

Głowa
đầu

Plecy

lưng

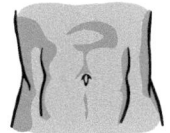

Brzuch

bụng

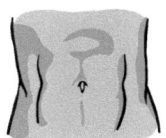

Pępek

rốn

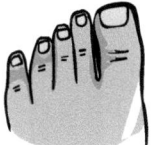

palec nogi

ngón chân

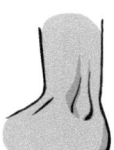

Pięta

gót chân

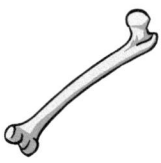

Kość

xương

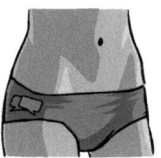

Biodro

hông

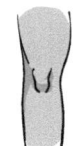

Kolano

đầu gối

Łokieć

khuỷu tay

Nos

mũi

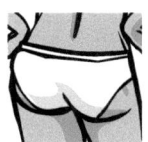

Pośladki

mông

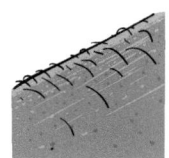

Skóra

da

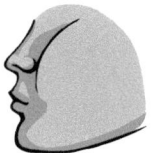

Policzek

má

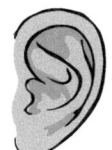

Uszy

tai

Warga

môi

Usta

mięng

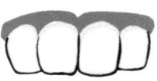

Ząb

răng

Język

lưỡi

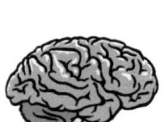

Mózg

não

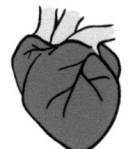

Serce

tim

Mięsień

cơ bắp

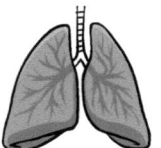

Płuca

phổi

Wątroba

gan

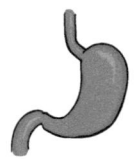

Żołądek

dạ dày

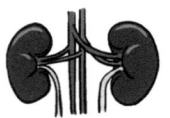

Nerki

thận

Stosunek płciowy

giao hợp

Kondom

bao cao su

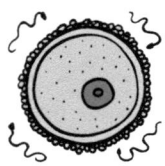

Komórka jajowa

noãn

Sperma

tinh dịch

Ciąża

mang thai

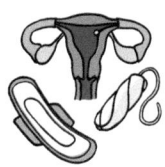

Menstruacja

kinh nguyệt

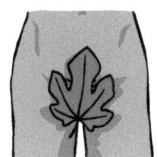

Wagina

âm vật

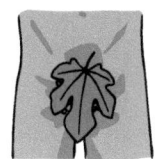

Penis

dương vật

Brew

lông mày

Włosy

tóc

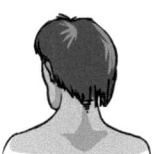

Szyja

cổ

Szpital
bệnh viện

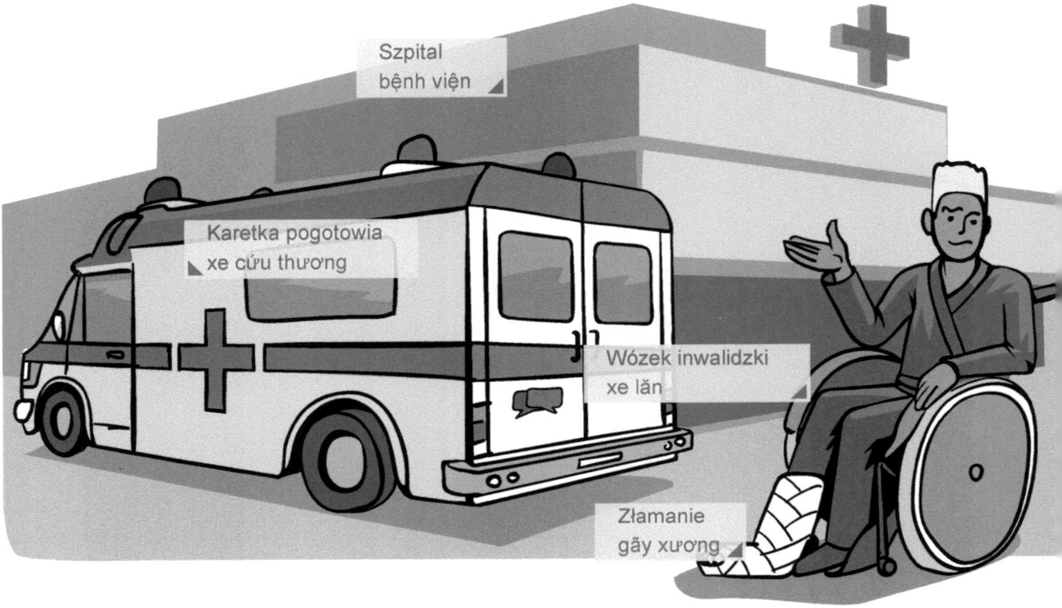

Szpital
bệnh viện

Karetka pogotowia
xe cứu thương

Wózek inwalidzki
xe lăn

Złamanie
gãy xương

Lekarz

bác sĩ

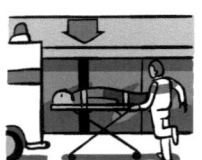

Izba przyjęć

phòng cấp cứu

Pielęgniarka

y tá

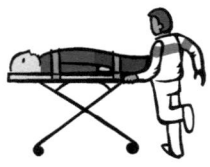

Nagły przypadek

cấp cứu

nieprzytomny

bất tỉnh

Ból

cơn đau

Skaleczenie

bị thương

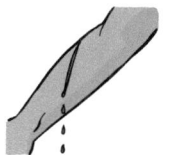

Krwawienie

chảy máu

Zawał serca

nhồi máu cơ tim

Udar mózgu

đột quỵ

Alergia

dị ứng

Kaszleć

ho

Gorączka

sốt

Grypa

cúm

Biegunka

tiêu chảy

Ból głowy

đau đầu

Rak

ung thư

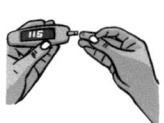

Cukrzyca

bệnh tiểu đường

Chirurg

bác sĩ phẫu thuật

Skalpel

dao mổ

Operacja

giải phẫu

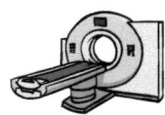

CT

chụp cắt lớp

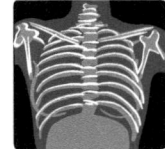

Rentgen

chụp x-quang

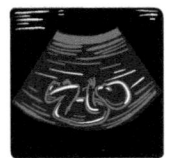

Ultradźwięki

siêu âm

Maska

mặt nạ

Choroba

bệnh

Poczekalnia

phòng đợi

Kula

cái nạng

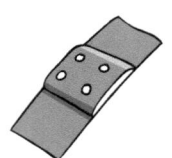

Plaster

băng dán vết thương

Opatrunek

băng bó

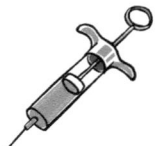

Iniekcja

tiêm thuốc

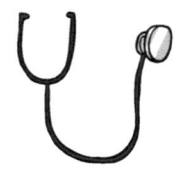

Stetoskop

ống nghe khám bệnh

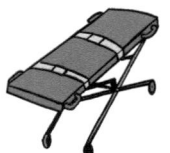

Nosze

băng ca

Termometr

nhiệt kế

Poród

sinh đẻ

Nadwaga

thừa cân

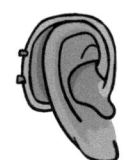

Aparat słuchowy

máy trợ thính

Środek dezynfekcyjny

chất khử trùng

Infekcja

nhiễm trùng

Wirus

vi rút

HIV / AIDS

HIV / AIDS

Medycyna

thuốc

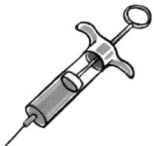

Szczepienie

tiêm chủng

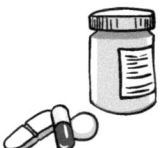

Tabletki

thuốc viên

Pigułka

viên thuốc

Telefon ratunkowy

gọi cấp cứu

Ciśnieniomierz krwi

máy đo huyết áp

chory / zdrowy

bệnh / khỏe mạnh

Pomocy!

cứu!

Alarm

báo động

Napad

cuộc đột kích

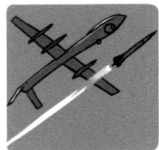

Atak

sự tấn công

Niebezpieczeństwo

mối nguy hiểm

Wyjście awaryjne

lối thoát hiểm

Pożar!

cháy!

Gaśnica

bình chữa cháy

Wypadek

tai nạn

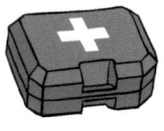

Walizeczka pierwszej pomocy

bộ dụng cụ sơ cứu

SOS

SOS

Policja

cảnh sát

Europa

châu Âu

Ameryka Północna

Bắc Mỹ

Ameryka Południowa

Nam Mỹ

Afryka

châu Phi

Azja

châu Á

Australia

châu Úc

Atlantyk

Đại Tây Dương

Pacyfik

Thái Bình Dương

Ocean Indyjski

Ấn Độ Dương

Ocean Antarktyczny

Nam Cực Dương

Ocean Arktyczny

Bắc Băng Dương

Biegun północny

bắc cực

Biegun południowy

nam cực

Antarktyda

nam cực

Ziemia

trái đất

Kraj

đất liền

Morze

biển

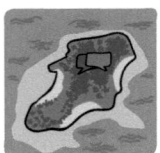

Wyspa

đảo

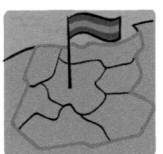

Naród

quốc gia

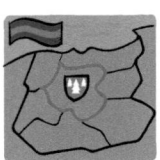

Państwo

nhà nước

Cyferblat

mặt đồng hồ

Wskazówka godzinowa

kim chỉ giờ

Wskazówka minutowa

kim chỉ phút

Wskazówka sekundowa

kim chỉ giây

Która godzina?

Bây giờ là mấy giờ?

Dzień

ngày

Czas

thời gian

teraz

bây giờ

Zegarek digitalny

đồng hồ điện tử

Minuta

phút

Godzina

giờ

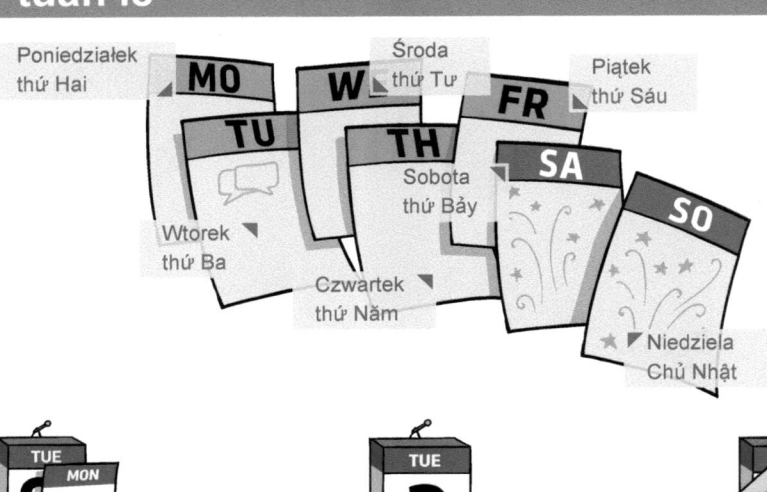

Poniedziałek
thứ Hai

Wtorek
thứ Ba

Środa
thứ Tư

Czwartek
thứ Năm

Piątek
thứ Sáu

Sobota
thứ Bảy

Niedziela
Chủ Nhật

wczoraj

hôm qua

dzisiaj

hôm nay

jutro

ngày mai

Rano

buổi sáng

Południe

buổi trưa

Wieczór

buổi tối

MO	TU	WE	TH	FR	SA	SU
1	2	3	4	5	6	7
8	9	10	11	12	13	14
15	16	17	18	19	20	21
22	23	24	25	26	27	28
29	30	31	1	2	3	4

Dni robocze

ngày làm việc

MO	TU	WE	TH	FR	SA	SU
1	2	3	4	5	6	7
8	9	10	11	12	13	14
15	16	17	18	19	20	21
22	23	24	25	26	27	28
29	30	31	1	2	3	4

Weekend

cuối tuần

Rok
năm

Tęcza
cầu vồng
Deszcz
mưa
Wiatr
gió
Śnieg
tuyết
Wiosna
mùa xuân
Lato
mùa hè
Jesień
mùa thu
Zima
mùa đông

4.APRIL 11°
5.APRIL 4°
6.APRIL 13°
7.APRIL 8°
8.APRIL 10°

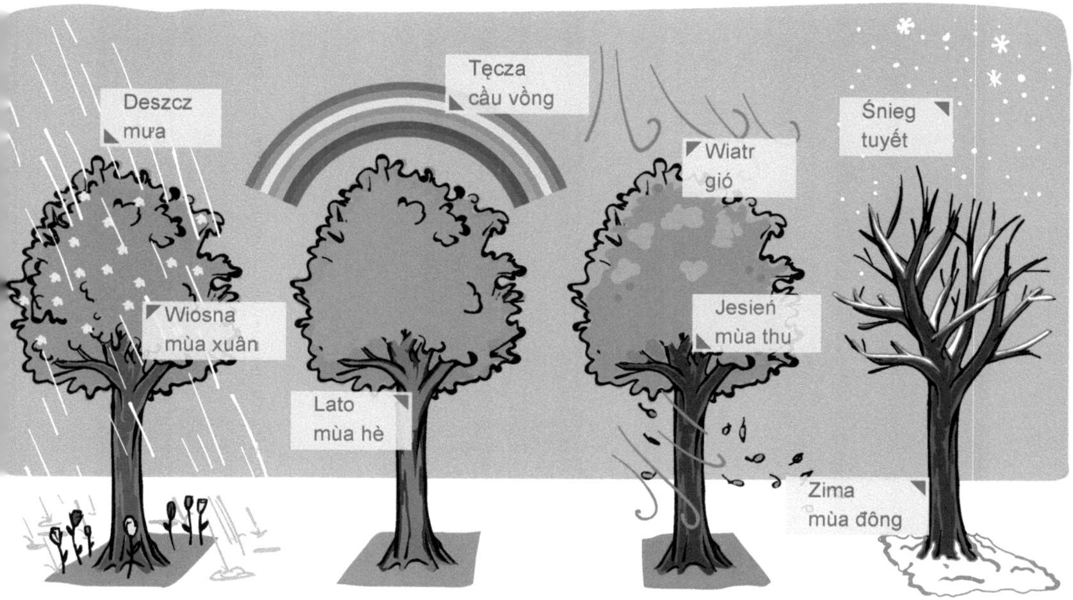

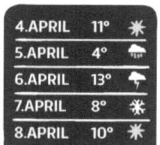

Prognoza pogody

dự báo thời tiết

F
C
120
90
60
30
0
-30
40
30
20
10
0
-10
-20

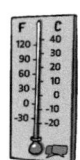

Termometr

nhiệt kế

Światło słoneczne

ánh nắng

Chmura

mây

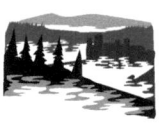

Mgła

sương mù

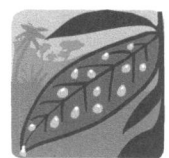

Wilgotność powietrza

độ ẩm không khí

Błyskawica

tia chớp

Grzmot

sấm sét

Sztorm

cơn bão

Grad

mưa đá

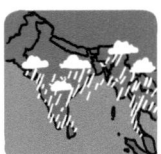

Monsun

gió mùa

Potop

lũ lụt

Lód

nước đá

Styczeń

tháng Một

Luty

tháng Hai

Marzec

tháng Ba

Kwiecień

tháng Tư

Maj

tháng Năm

Czerwiec

tháng Sáu

Lipiec

tháng Bảy

Sierpień

tháng Tám

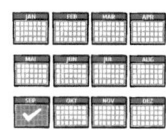

Wrzesień
....
tháng Chín

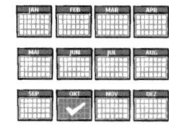

Październik
....
tháng Mười

Listopad
....
tháng Mười Một

Grudzień
....
tháng Mười Hai

Koło
....
hình tròn

Kwadrat
....
hình vuông

Prostokąt
....
hình chữ nhật

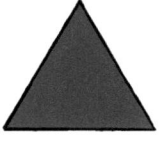

Trójkąt
....
hình tam giác

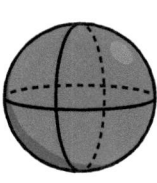

Kula
....
hình cầu

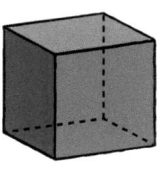

Sześcian
....
khối vuông

biały
màu trắng

żółty
màu vàng

pomarańczowy
màu cam

różowy
màu hồng

czerwony
màu đỏ

liliowy
màu tím

niebieski
màu xanh dương

zielony
màu xanh lá cây

brązowy
màu nâu

szary
màu xám

czarny
màu đen

dużo / mało

nhiều / ít

wściekły / spokojny

tức tối / điềm tĩnh

piękny / brzydki

xinh đẹp / xấu xí

początek / koniec

bắt đầu / kết thúc

duży / mały

to / nhỏ

jasny / ciemny

sáng / tối

brat / siostra

anh (em) trai / chị (em) gái

czysty / brudny

sạch / bẩn

kompletny / niekompletny

đủ / thiếu

dzień / noc

ngày / đêm

umarły / żywy

chết / sống

szeroki / wąski

rộng / chật hẹp

jadalny / niejadalny

ăn được / không ăn được

zły / uprzejmy

ác / tử tế

podniecony / znudzony

hào hứng / chán nản

gruby / chudy

béo / gầy

najpierw / na końcu

đầu tiên / cuối cùng

przyjaciel / wróg

bạn / thù

pełen / pusty

đầy / rỗng

twardy / miękki

cứng / mềm

ciężki / lekki

nặng / nhẹ

głód / pragnienie

đói / khát

chory / zdrowy

bệnh / khỏe mạnh

nielegalny / legalny

bất hợp pháp / hợp pháp

inteligentny / głupi

thông minh / ngu

lewo / prawo

trái / phải

bliski / daleki

gần / xa

nowy / używany
mới / cū

nic / coś
không có gì cả / có cái gì đó

stary / młody
già / trẻ

włącz / wyłącz
bật / tắc

otwarty / zamknięty
mở / đóng

cichy / głośny
im lặng / ồn ào

bogaty / biedny
giàu / nghèo

prawidłowy / błędny
đúng / sai

chropowaty / gładki
sần sùi / mịn màng

smutny / szczęśliwy
buồn / vui

krótki / długi
ngắn / dài

powolny / szybki
chậm / nhanh

mokry/suchy
ẩm ướt / khô ráo

ciepły / chłodny
ấm áp / mát mẻ

wojna / pokój
chiến tranh / hòa bình

con số

0

zero

số không

1

jeden

một

2

dwa

hai

3

trzy

ba

4

cztery

bốn

5

pięć

năm

6

sześć

sáu

7

siedem

bảy

8

osiem

tám

9

dziewięć

chín

10

dziesięć

mười

11

jedenaście

mười một

12

dwanaście

mười hai

13

trzynaście

mười ba

14

czternaście

mười bốn

15

piętnaście

mười lăm

16

szesnaście

mười sáu

17

siedemnaście

mười bảy

18

osiemnaście

mười tám

19

dziewiętnaście

mười chín

20

dwadzieścia

hai mươi

100

sto

một trăm

1.000

tysiąc

một ngàn

1.000.000

milion

một triệu

Angielski

tiếng Anh

Angielski amerykański

tiếng Anh Mỹ

Chiński mandaryński

tiếng Quan Thoại

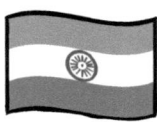

Hindi

tiếng Hin-di

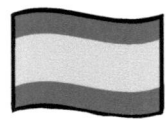

Hiszpański

tiếng Tây Ban Nha

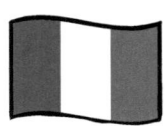

Francuski

tiếng Pháp

Arabski

tiếng Ả-rập

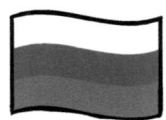

Rosyjski

tiếng Nga

Portugalski

tiếng Bồ Đào Nha

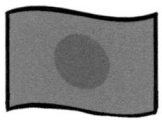

Bengalski

tiếng Bengal

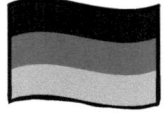

Niemiecki

tiếng Đức

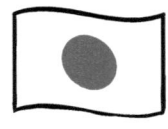

Japoński

tiếng Nhật

ja

tôi

ty

bạn

on / ona / ono

anh ta / cô ta / nó

my

chúng tôi

wy

các bạn

oni

họ

kto?

ai?

co?

cái gì?

jak?

như thế nào?

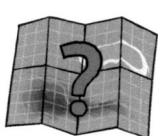

gdzie?

ở đâu?

kiedy?

lúc nào?

Nazwisko

tên

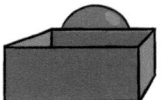

za

phía sau

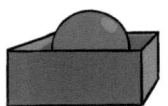

w

ở trong

przed

phía trước

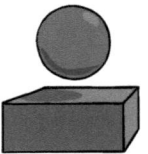

powyżej

phía trên

na

ở trên

pod

ở dưới

obok

bên cạnh

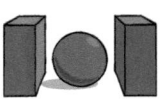

między

ở giữa

Miejsce

chỗ